സ്ത്രീകളും ശബരിമലയും

നിയന്ത്രണങ്ങൾക്ക് പുറകിലെ ശാസ്ത്രം

സിനു ജോസഫ്

പരിഭാഷ: ജ്യോതിർമയി ശങ്കരൻ

INDIA · SINGAPORE · MALAYSIA

ISBN 979-8-88883-662-0

സമർപ്പണം

ശ്രീമതി വൈജയന്തി കൃഷ്ണമൂർത്തി

(ജൂൺ 25, 1962 - ഒക്ടോബർ 03, 2019)

ഈ പുസ്തകം ശ്രീമതി വൈജയന്തി കൃഷ്ണമൂർത്തിയുടെ സ്നേഹസ്മരണയ്ക്കായി സമർപ്പിക്കുന്നു. അവരുടെ സാന്നിധ്യമില്ലാതെ ഈ യാത്ര സാധ്യമാകുമായിരുന്നില്ല.

ഉള്ളടക്കം

പരിഭാഷയെക്കുറിച്ച്

2018 സപ്തംബരിൽ ഇന്ത്യയിലെ സുപ്രീം കോടതി പ്രസ്താവിച്ച വിധിപ്രകാരം 10 വയസ്സു മുതൽ 50 വയസ്സുവരെയുള്ള പ്രജനനശേഷിയുള്ള സ്ത്രീകളെ ക്ഷേത്രത്തിൽ പ്രവേശിപ്പിക്കാൻ ശബരിമല ക്ഷേത്രം നിർബന്ധിതരായി. അധികം വൈകാതെ കേരളത്തിലുടനീളം കാലാകാലമായി നടന്നുവന്നിരുന്ന ആചാരത്തെ കോടതി തകർത്തതിനാൽ മതപരമായി മുറിവേറ്റ ഭക്തർ ആൺപെൺ വ്യത്യാസമില്ലാതെ പ്രതിഷേധപ്രകടനങ്ങൾ തുടങ്ങി. പക്ഷേ എന്തിനാണ് ഭക്തർ പ്രതിഷേധപ്രകടനം നടത്തിയത്? സ്ത്രീകൾക്കും ശബരിമലയിൽ അയ്യപ്പസ്വാമിയെ ഒരേപോലെ ദർശിക്കാൻ അവസരം കിട്ടിയതിൽ അവർ ആഹ്ലാദിക്കുകയല്ലേ വേണ്ടത്? അതോ പൊതുജനശ്രദ്ധ പതിയാത്ത എന്തെങ്കിലും കാര്യങ്ങൾ അവർക്കറിയാമായിരുന്നുവോ?

ആർത്തവപ്രായത്തിലുള്ള സ്ത്രീകൾക്ക് ശബരിമലയിൽ പ്രവേശനം നിഷേധിക്കപ്പെട്ടിട്ടുള്ളതിന്റെ കാരണം തേടിയുള്ള എന്റെ ആദ്യശ്രമങ്ങൾക്കിടയിൽ അന്നത്തെ

തന്ത്രിയുടെ അമ്മയായ ശ്രീമതി ദേവികാ ദേവിയെ ഞാൻ ജനുവരി 2016ൽ ചെങ്ങന്നൂർ ഭഗവതിക്ഷേത്രത്തിനു സമീപമുള്ള താഴമൺ മഠത്തിൽ വച്ച് സന്ദർശിക്കുകയുണ്ടായി. ഞങ്ങളുടെ കൂടിക്കാഴ്ച്ചയ്ക്കിടയിൽ അവർ പറഞ്ഞത് ശബരിമല സന്ദർശിച്ചാൽ അത് തങ്ങളുടെ ആരോഗ്യത്തെ പ്രതികൂലമായി ബാധിക്കുമെന്ന് പല സ്ത്രീകൾക്കും അറിയില്ല എന്നായിരുന്നു. അതായിരുന്നു എനിക്കു കിട്ടിയ ആദ്യസൂചന. പിന്നീട് ഞാൻ അതിലേയ്ക്ക് ശ്രീ അരവിന്ദ് സുബ്രഹ്മണ്യത്തിന്റെ ഗവേഷണപഠനങ്ങളിലൂടെ ആഴ്ന്നിറങ്ങിയപ്പോഴാണ് ശബരിമല ഷഡ്ചക്രക്ഷേത്രങ്ങളെന്ന് വിളിക്കപ്പെടുന്ന ക്ഷേത്രങ്ങളിൽ ഒന്നാണെന്ന് കണ്ടെത്തിയത്, എന്റെ നിരൂപണം കൂടുതൽ ദൃഢമായി. പക്ഷേ ഞാൻ ഈ പുസ്തകത്തിലൂടെ സിദ്ധാന്തം മാത്രമല്ല, ഷഡ്ചക്രക്ഷേത്രങ്ങളിലെ ആദ്യത്തെ അഞ്ചുക്ഷേത്രങ്ങൾ സന്ദർശിച്ചപ്പോൾ നേരിൽക്കിട്ടിയ അനുഭവങ്ങളും ആ പ്രക്രിയയിൽ ഉദിച്ച ധാരണയുമാണ് പങ്കുവെയ്ക്കുന്നത്.

പുസ്തകത്തിന്റെ ആദ്യ ഇംഗ്ലീഷ് പതിപ്പ് 2019 ൽ പുറത്തിറങ്ങി. അതിനു ശേഷം ശബരിമല പാരമ്പര്യവുമായി ബന്ധപ്പെട്ട സ്ത്രീകളും പുരുഷന്മാരുമായ പണ്ഡിതരായ പലരുമായും

പരിഭാഷയെക്കുറിച്ച്

ഈ പുസ്തകം പങ്കിടാനും ചർച്ചചെയ്യാനും എനിക്കു സാധിച്ചു. അന്നത്തെ ശബരിമല തന്ത്രിയായിരുന്ന ബ്രഹ്മശ്രീ മോഹനരു കണ്ഠരരുവുമായി ഇക്കാര്യം ചർച്ച ചെയ്യുകയും ഈ

പരിശ്രമത്തിന് അദ്ദേഹത്തിന്റെ അനുഗ്രഹം കിട്ടുകയും ഫെബ്രുവരി 2020ൽ മുംബൈയിലെ ശ്രീഹരിഹരപുത്ര ഭജനസമാജിൽ വച്ചു നടന്ന ചടങ്ങിൽ അദ്ദേഹം ഈ പുസ്തകം പ്രകാശനം ചെയ്യുകയുമുണ്ടായി. അതിനാൽ ഈ പുസ്തകത്തിൽ നിങ്ങൾ വായിയ്ക്കുന്നതെന്തോ അത് എന്റെ ഭാഷ്യമല്ല. തലമുറകളായി അയ്യപ്പസ്വാമിയുമായി അടുത്തു ബന്ധമുള്ളവർ

മനസ്സിലാക്കിയ പാരമ്പര്യങ്ങൾക്കു പുറകിലെ സത്യം മാത്രമാണ്.

ഈ പുസ്തകം മലയാളത്തിലേയ്ക്ക് തർജ്ജമ ചെയ്യപ്പെടുന്നതിൽ ഏറെ സംതൃപ്തി തോന്നുന്നു. ഇതിനായി സന്നദ്ധസേവ നടത്തിയ ശ്രീമതി ജ്യോതിർമയി ശങ്കരൻജിയുടെ പരിശ്രമങ്ങൾക്ക് ഞാൻ ആത്മാർത്ഥമായി നന്ദി പറയുന്നു. ഒരു എഴുത്തുകാരിയെന്നനിലയിൽ പ്രതിഷ്ഠ നേടിയ ഇവരുടേതായി പ്രസിദ്ധീകരിക്കപ്പെട്ട ആറു പുസ്തകങ്ങളിൽ മുംബയെക്കുറിച്ചുള്ള ഒരു പുസ്തകമായ മുംബൈജാലകം, രണ്ട് യാത്രാവിവരണങ്ങൾ,

അഞ്ചാം ഭാവം എന്നപേരിൽ സ്ത്രീകൾ നേരിടുന്ന പ്രശ്നങ്ങളെക്കുറിച്ചുള്ള ഒരു പുസ്തകം, ഒരു താരാട്ട് പുസ്തകം, സംസ്കൃതവൃത്തങ്ങളിലെഴുതിയ ശ്ലോകസമാഹാരം എന്നിവ ഉൾപ്പെടുന്നു. ഇവർ ഒരു അയ്യപ്പഭക്ത കൂടിയാണ്. വാസ്തവത്തിൽ 2015ൽ ഇരുമുടിക്കെട്ടുമേന്തി ശബരിമലയിൽ സന്ദർശനം നടത്തിയിട്ടുമുണ്ട്. കേരളത്തിലെ തന്റെ ജനങ്ങളിലേക്ക് പ്രധാനപ്പെട്ട ഈ സന്ദേശം എത്തിക്കാൻ അയ്യപ്പസ്വാമി തന്നെയാണ് അവരെ തിരഞ്ഞെടുത്തത് എന്നതിൽ എനിക്ക് സംശയമില്ല.

അവസാനമായി, ഈ കൃതി അവലോകനം ചെയ്യുകയും വിവർത്തനത്തിൽ അർത്ഥം നഷ്ടപ്പെടുന്നില്ലെന്ന് ഉറപ്പാക്കുകയും ചെയ്ത കുമാരി ഐശ്വര്യ പി.എല്ലിന് ഹൃദയംഗമമായ നന്ദി രേഖപ്പെടുത്തുന്നു.

സ്വാമി ശരണം.

സിനു ജോസഫ്

ഡിസംബർ 2022

ബംഗളൂരു

അവതാരിക

സിനു ജോസഫ് എഴുതിയ "സ്ത്രീകളും ശബരിമലയും - നിയന്ത്രണങ്ങൾക്ക് പുറകിലെ ശാസ്ത്രം" എന്ന പുസ്തകത്തിന് അവതാരിക എഴുതാൻ കഴിയുകയെന്നത് ഒരു വിശേഷഭാഗ്യമായി ഞാൻ കരുതുന്നു.

പരമോന്നതമായ സത്യത്തിന്റെ നിജസ്ഥിതിയെ പലരൂപത്തിലായാണ് വേദങ്ങൾ പ്രകീർത്തിച്ചിരിയ്ക്കുന്നത്. എന്നെസ്സംബന്ധിച്ചിടത്തോളം പരമോന്നതമായ സത്യം ശാസ്താവ് തന്നെയാണ്. "ശാസ്താ അധിപതിർ വോ അസ്തു" (ശാസ്താവു തന്നെ പരമമായ അധീശൻ), യജുർവ്വേദം പറയുന്നു.

അനുഗ്രഹീതമായ ആത്മാക്കൾക്കേ മനനം ചെയ്യാനും മനോദർശനം ചെയ്യാനും പരമമായ ശക്തിയിൽ ഉപാസന നടത്താനുമാകൂ. പുരാതനകാലം മുതൽക്കേ ലോകത്തിന്റെ എല്ലാഭാഗങ്ങളിലും ശാസ്താവിന്റെ ആരാധന ഉണ്ടായിരുന്നുവെങ്കിലും ഉത്തരേന്ത്യയിലെ

ഹിന്ദുമതം ഇസ്ലാമിക് കടന്നുകയറ്റങ്ങളുടേയും ഭരണത്തിന്റേയും കീഴ്പ്പെടുത്തലുകളിൽപ്പെട്ടതിനാൽ ശാസ്താവിന്റെ ആരാധനയും തത്വദർശനങ്ങളും തെക്കേ ഇന്ത്യയിലേതുമാത്രമായി ഒതുങ്ങുകയാണുണ്ടായത്.

എന്റെ പ്രഭുവായ ഭക്തപരിപാലൻ "ശ്രീ മഹാശാസ്താവിജയം" എഴുതുവാനുള്ള ചുമതല എന്നെ ഏൽപ്പിച്ചു. പതിനാലു വർഷത്തെ വിശദമായ ഗവേഷണപഠനത്തിനു ശേഷം ആ യത്നം ഞാൻ പൂർത്തിയാക്കി. ശാസ്താരാധന ശബരിമലയിൽ മാത്രമായി ഒതുങ്ങുന്നില്ല. ശാസ്താവ് ഒരു യോഗീശ്വരനെന്ന നിലയിൽ അദ്ദേഹത്തിന്റെ ചലനാത്മകമായ ഊർജ്ജത്താൽ ആദ്ധ്യാത്മികമായ അവബോധത്തെ ഉണർത്തുകയും ആത്മാക്കളെ മുന്നോട്ടുള്ള പരിണാമത്തിൽ ഉൽപ്പത്തിയിലേക്കു തിരിച്ചുവിടുകയും ചെയ്യുന്നു.

"അന്തർമുഖ സമാരാദ്ധ്യ" - ലളിതാസഹസ്രനാമത്തിൽ പറയുന്നു. ശരിയായ സാധന ആദ്ധ്യാത്മികമായ കാര്യസിദ്ധി തന്നെ. പക്ഷെ, സാധാരണമനുഷ്യർക്ക് അതൊരു ചെറിയ കാര്യമല്ല എന്നതുകൊണ്ടു തന്നെ ആ ഉദ്ദേശത്തിനായി പ്രത്യേകം ക്ഷേത്രങ്ങൾ വളർത്തിയെടുക്കപ്പെട്ടു.

അവതാരിക

ശാസ്താവിനേറെ പ്രിയമാർന്ന ആറ് ക്ഷേത്രങ്ങൾ മനുഷ്യശരീരത്തിലെ ആറ് ചക്രങ്ങളെ സൂചിപ്പിക്കുന്നു. ഈ ചക്രങ്ങളിലൂടെ കുണ്ഡലിനി പരമോന്നതസ്ഥിതിയിലേക്ക് ഉയരുന്നു. കുണ്ഡലിനിയുടെ ആന്തരികമായ യാത്ര ഈ ക്ഷേത്രങ്ങളുടെ ബാഹ്യയാത്രയാണ്. അത് ഉള്ളിലെ സംതൃപ്തിയെ, ഒരു പുറത്തെ യാത്രയാൽ കണ്ടെത്തലാണ്.

"യഥാ പിണ്ഡാണ്ഡേ തഥാ ബ്രഹ്മാണ്ഡേ

യഥാ ബ്രഹ്മാണ്ഡേ തഥാ പിണ്ഡാണ്ഡേ"

നമ്മുടെ ശരീരത്തിനകത്ത് എന്തെല്ലാമുണ്ടോ അവ പ്രപഞ്ചത്തിലുമുണ്ട്. പ്രപഞ്ചത്തിന്നകത്ത് എന്തെല്ലാമുണ്ടോ അവ നമ്മുടെ ശരീരത്തിലുമുണ്ട്.

മനുഷ്യന്റെ നിലനിൽപ്പും പുറം ലോകവുമായി കൃത്യമായൊരു തുലനാവസ്ഥയുണ്ട്. ഇതിനെ അവലംബിച്ച് കുറച്ചു വർഷങ്ങൾക്ക് മുൻപ് "ആറ് ശാസ്താക്ഷേത്രങ്ങളും ഷഡ്ചക്രങ്ങളും" എന്ന പേരിൽ ഞാനൊരു ലേഖനം എഴുതുകയുണ്ടായി.

ഈ പുസ്തകത്തിന്റെ രചയിതാവായ സിനു ജോസഫ് ഒരിക്കൽ ഫോണിലൂടെ എന്നെ വിളിച്ച് ഈ ലേഖനത്തെക്കുറിച്ച് സംസാരിക്കുകയുണ്ടായി. മൈത്രി സ്പീക്സ്

ട്രസ്റ്റിന്റെ മാനേജിംഗ് ട്രസ്റ്റിയായ സിനു, ആർത്തവത്തിനോട് ബന്ധപ്പെട്ട ആരോഗ്യം, ശുചിത്വപരിപാലനം എന്നീ കാര്യങ്ങളിൽ നിസ്തുലമായ സേവനം ചെയ്തുകൊണ്ടിരിക്കയാണ്. ശബരിമല കേസിനോട് ബന്ധപ്പെട്ട് ഞാൻ പല സംഘടനകളുമായും ചേർന്നു പ്രവർത്തിക്കുകയായിരുന്നുവെങ്കിലും, സിനു എന്നെ വിളിച്ചപ്പോൾ, അവർ ശരിക്കും സ്തുത്യർഹമായി സേവനം ചെയ്തുകൊണ്ടിരിക്കുന്ന ഒരു മേഖലയിൽ ഏതു തരത്തിലായിരിയ്ക്കാം ഞാൻ ബന്ധപ്പെട്ടിരിക്കുന്നതെന്നോർത്ത് ഞാൻ ശരിക്കും അത്ഭുതപ്പെടുകയായിരുന്നു.

ഞങ്ങൾ തമ്മിൽ കണ്ടുമുട്ടിയപ്പോൾ, എന്റെ ലേഖനം വായിച്ചശേഷം അവർ സ്വയം ആ അമ്പലങ്ങളെല്ലാം സന്ദർശിയ്ക്കാൻ ഒരുമ്പെട്ടെന്ന് പറഞ്ഞപ്പോൾ, എന്നിൽ ജിജ്ഞാസയുണർന്നു. എന്റെ ലേഖനത്തെക്കുറിച്ച് കൂടുതൽ വ്യക്തത കിട്ടാനായി എന്നെക്കാണാൻ കഷ്ടപ്പാടുകൾ സഹിച്ച് അവർ കോയമ്പത്തൂരിലെത്തി. സത്യത്തിനായുള്ള അവരുടെ തീരാദാഹം ഈ പുസ്തകമായി പരിണമിച്ചു.

ഈ അമ്പലങ്ങളെല്ലാം തന്നെ ഞാൻ കുട്ടിക്കാലം മുതലേ സന്ദർശിക്കുന്നവയായിരുന്നു. എഴുത്തുകാരനും

പ്രാസംഗികനുമൊക്കെയാണെങ്കിലും ഒരു സാധകനും കൂടിയായതിനാൽ ഗ്രന്ഥങ്ങളിൽ നിന്നുള്ള പരാമർശങ്ങൾക്കപ്പുറം എന്റെ വ്യക്തിപരമായ അനുഭവങ്ങൾ കൂടി അടിസ്ഥാനമാക്കിയായിരുന്നു ഞാൻ ഈ സ്ഥലങ്ങളെയൊക്കെ സമീപിച്ചിരുന്നത്. പക്ഷേ ഒരു സ്ത്രീയുടെ കാഴ്ച്ചപ്പാടിലൂടെ ഇത് മുഴുവൻ കാണൽ തികച്ചും വിസ്മയകരമായ ഒന്നായിരുന്നു. കുണ്ഡലിനിയെന്നത് ജീവാത്മാവിന്റെ ആദ്ധ്യാത്മിക യാത്രയാണെങ്കിലും ഭൌതികമായ ശരീരം ജീവിതത്തിന്റെ ഒരു പ്രത്യേക കാലയളവിൽ സ്ത്രീയ്ക്കും പുരുഷനും വ്യത്യസ്തമായ തലങ്ങളിലാണ്. അതിനെപ്പറ്റി സമഗ്രപഠനം നടത്താനും, അതനുഭവിക്കാനും, അതിനെ രേഖപ്പെടുത്താനുമാണ് ലേഖിക ശ്രമിച്ചത്.

ഉദാഹരണത്തിന്, ആര്യങ്കാവിലെ അവരുടെ അനുഭവം (അത് ഈ പുസ്തകത്തിൽ അവർ രേഖപ്പെടുത്തിയിട്ടുണ്ട്) എന്റെ മനസ്സിനെ ഇപ്പോഴും കവരുന്നു. അവർ അവിടത്തെ ചൈതന്യം സ്ത്രീകളിലും പുരുഷന്മാരിലും ഏതുവിധത്തിലാണ് പ്രഭാവം ചെലുത്തുന്നതെന്ന് തുലനം ചെയ്യുകയാണ്. അവർ അവിടെയുള്ള ശക്തിയെക്കുറിച്ച് സംസാരിക്കുന്നു - “അത് പുരുഷൻമാർക്ക് മഹത്വപൂർണ്ണമായ ഒരു പ്രഭാവം നൽകുന്നു”. എന്റെ അഞ്ചാം വയസ്സിലുണ്ടായ ഇതിന് സദൃശമായ

ഒരനുഭവമായിരുന്നു ആര്യങ്കാവുമായി ചേർന്നുപോകുന്നതിന് തുടക്കമിട്ടത്. ആര്യങ്കാവ്, സൗകുമാര്യത്തിന്റെ ഉപവനം, സാർവ്വലൗകികമായതിനേയും, മനുഷ്യതലത്തേയും, ഭൗമശക്തികളേയും ജീവദായക ഊർജ്ജമാക്കി മാറ്റുന്നുവെന്ന് രചയിതാവ് പകർത്തിയ വിധം ശരിക്കും സംശയലേശമെന്യേ അഭിനന്ദനമർഹിക്കുന്നു.

ഈ പുസ്തകം വിലപിടിപ്പുള്ള ഒരു പ്രമാണം ആയി മാറുമെന്നതിൽ സംശയമില്ല. ഭക്തർക്കു മാത്രമല്ല അയ്യപ്പനെന്ന സങ്കൽപ്പത്തിനു പിറകിലെ സത്യത്തെ മനസ്സിലാക്കാൻ ശ്രമിക്കുന്ന പൊതുജനത്തിനും ഇത് ഉപയോഗപ്രദമാകും.

മഹത്തായ ഈ സംരംഭത്തിന് എല്ലാ വിജയങ്ങളും നേരുന്നു.

ഭക്തപരിപാലന്റെ പാദസ്മരണയിൽ

വി. അരവിന്ദ് സുബ്രഹ്മണ്യം,

പ്രസിഡണ്ട്, ശ്രീ മഹാ ശാസ്ത്രു സേവാ സംഘം, കോയമ്പത്തൂർ

ആമുഖം

ശബരിമലയും ഞാനും

കഴിഞ്ഞ ഒരു പതിറ്റാണ്ടായി ഭാരതത്തിന്റെ ഉൾനാടുകളിൽ ആർത്തവവുമായി ബന്ധപ്പെട്ട വിഷയങ്ങളിൽ ഒരു ആരോഗ്യപ്രബോധകയായി പ്രവർത്തിച്ചുവരികയാണ് ഞാൻ. ശബരിമലയെ കുറിച്ച് ഞാനെന്താണ് എഴുതാൻ പോകുന്നതെന്ന് നിങ്ങൾ ആശ്ചര്യപ്പെടാം. എന്തുകൊണ്ടെന്നാൽ സ്ത്രീകളുമായി ബന്ധമുള്ള എന്റെ ജോലിക്കും കൂടുതലായി പുരുഷ ഭക്തന്മാർ ദർശനത്തിനെത്തുന്ന ശബരിമലയെക്കുറിച്ച് ഞാൻ എഴുതുന്നതിനുമുള്ള ദൂരം ആകാശത്തിനും ഭൂമിക്കും തമ്മിലുള്ളതുപോലെയാണ്. സത്യത്തിൽ അറിയാത്തവർക്കായി - ശബരിമലയിൽ ആർത്തവപ്രായത്തിലെ സ്ത്രീകൾക്ക് തൊഴാനുള്ള നിരോധനം എന്റെ താൽപ്പര്യങ്ങളെ കലുഷിതമാക്കുകയും ഞാൻ സാഹസികമായ ഈ പ്രവൃത്തിയിലേയ്ക്ക് ഇറങ്ങിത്തിരിയ്ക്കുകയുമാണുണ്ടായത്. ഇതിനെ ഒരു സാഹസികോദ്യമം എന്നേ ഞാൻ വിളിക്കൂ എന്തെന്നാൽ അറിയാതെ തന്നെ വഴുതി വീണപ്പോൾ എനിക്കു കാണാനായത്

വിശ്വാസത്തിന്റേയും ശാസ്ത്രത്തിന്റേയും ചില വശങ്ങളായിരുന്നു.

ശബരിമല കേസിനെ എന്റെ ശ്രദ്ധയിലേക്ക് കൊണ്ടുവന്നത് ആർത്തവ പ്രവർത്തകർ അതിനെ പൊതുജന ശ്രദ്ധയിലേക്ക് കൊണ്ടുവന്ന രീതിയാണ്. "ഹാപ്പി ടു ബ്ലീഡ്" തുടങ്ങിയ പ്രസ്ഥാനങ്ങളിലൂടെ അവർ ആവശ്യപ്പെട്ടത് ഭാരതം നിയമപരമായി ആർത്തവപ്രായപരിധിയിലുള്ള സ്ത്രീകൾക്ക് ശബരിമലയിൽ പ്രവേശിക്കാനുള്ള നിയന്ത്രണം നീക്കം ചെയ്യണമെന്നായിരുന്നു. ഒരു പക്ഷെ അവർ ചിന്തിയ്ക്കാൻ വിട്ടുപോയത് ആർത്തവപ്രായപരിധിയിൽപ്പെടുന്ന സ്ത്രീകൾ അവിടെ ചെന്നാൽ, തുടർന്നും സന്തോഷത്തോടെ ബ്ലീഡ് ചെയ്യാൻ അവർക്കുള്ള അവസരം വളരെ വളരെ കുറവാകാമെന്നതാണ്. എന്തുകൊണ്ട്? ആ ചോദ്യത്തിനുള്ള സാധ്യമായ ഉത്തരങ്ങൾ ഈ പുസ്തകം ആരായുന്നു.

ശാസ്ത്രവും മതവും

തുടർച്ചയായി അനുഭവവേദ്യമായ തദ്ദേശീയമായ ശാസ്ത്രവും മതവും തമ്മിലുള്ള ബന്ധത്തിന്റെ നിലനിൽപ്പ് എനിയ്ക്കൊരു അറിവ് നേടൽ തന്നെയായിരുന്നു. ഓരോ പ്രാവശ്യവും മതവുമായി ബന്ധപ്പെട്ട ആർത്തവനിയന്ത്രണങ്ങളിലേയ്ക്ക് കൂടുതലായി

ആഴ്ന്നിറങ്ങുമ്പോഴെല്ലാം അതെന്നെ യാതൊരു മാറ്റവുമില്ലാതെ ഭാരതത്തിന്റെ തദ്ദേശീയ അറിവുകളുടെ സമ്പ്രദായങ്ങളിലേക്ക് കൂട്ടിക്കൊണ്ടുപോകുകയായിരുന്നു - ആയുർവ്വേദം, തന്ത്രം,ചക്രങ്ങൾ, ആഗമശാസ്ത്രമെന്നിവ അവയിൽ ചിലത് മാത്രം. ഈ വ്യവസ്ഥിതികളെ മുന്നോട്ടു നയിക്കുന്ന മൌലികമായ തത്വങ്ങൾ, അവയുടെ പാരസ്പ്പരികബന്ധങ്ങൾ, പ്രത്യേകിച്ച് മനുഷ്യശരീരശാസ്ത്രപരമായി അവയുണ്ടാക്കുന്ന ആഘാതം എന്നിവയുടെ അറിവുകൂടാതെ ഇത്തരമൊരു നിയന്ത്രണം മനസ്സിലാക്കാനാകില്ല. അറിവുകളുടെ സമ്പ്രദായങ്ങൾക്കു പുറകിലെ ശാസ്ത്രത്തെ മനസ്സിലാക്കാനുള്ള കഴിവില്ലായ്മ കൊണ്ടാണ് നമുക്ക് സാംസ്കാരികമായും മതപരമായുള്ളതുമായ ആചാരങ്ങളെ മനസ്സിലാക്കാൻ ബുദ്ധിമുട്ട് നേരിടുന്നത്.

ഭാരത്തിന്റെ തദ്ദേശീയമായ ശാസ്ത്രവിജ്ഞാനങ്ങൾ സൂക്ഷ്മമായ വിധം ജീവിതത്തെ മനസ്സിലാക്കുന്നവയാണ്. ആധുനികശാസ്ത്രത്തിൽ ഇതിനെ മെറ്റ സയൻസ് എന്നോ നിലനിൽപ്പിന്റെ ഊർജ്ജകണവാദധാരണ (ക്വാണ്ടം സയൻസ്) എന്നോ ഒരാൾക്ക് വിളിക്കാം. എന്നിരുന്നാലും, ഭാരതത്തിൽ തന്നെ, കൊളോണിയൽ കാലത്തും അതിന് മുമ്പുള്ള കാലത്തും തദ്ദേശീയ വിജ്ഞാന

സമ്പ്രദായങ്ങളുടെ ക്രമാനുഗതമായ നാശം കാരണം, ഈ വിഷയങ്ങളെക്കുറിച്ചുള്ള ഗവേഷണങ്ങളിൽ വലിയ ഇടവേളകൾ ഉണ്ടായിട്ടുണ്ട്.

ഈയടുത്ത കാലത്ത് ഊർജ്ജതന്ത്രം, രസതന്ത്രം, എന്നിവയുടേയും, ഗണിതശാസ്ത്രത്തിന്റെ പോലും ശാഖകൾ ക്വാണ്ടം ലെവലിൽ ശാസ്ത്രത്തിന്റെ അറിവുകളും ശാസ്ത്രീയമായ പ്രയോഗങ്ങളും വികസിപ്പിച്ചപ്പോഴും ജീവശാസ്ത്രവും ആധുനിക മരുന്നുകളും ക്വാണ്ടം ബയോളജിയിൽ (ഊർജ്ജകണവാദ ജീവശാസ്ത്രം) നിന്നും വർഷങ്ങളോളം പുറകിലായിരുന്നു. പഴഞ്ചനായ അണുക്കളുടേയും തന്മാത്രകളുടേയും സിദ്ധാന്തത്തിൽ സംതൃപ്തമായിരുന്ന ആധുനിക വൈദ്യശാസ്ത്രം, മനുഷ്യന്റെ ജീവശാസ്ത്രത്തെ അണുഘടക വിതാനത്തിൽ മനസ്സിലാക്കാൻ ഒട്ടും തന്നെ തിരക്കുകാട്ടിയില്ല. വളർച്ചാസാധ്യതയുള്ള തലങ്ങളായ ഡി.എൻ.എ മ്യൂട്ടേഷൻ എന്നിവയുണ്ടെങ്കിലും, ദൈനന്ദിനങ്ങളായ രോഗനിർണ്ണയങ്ങളും അവയുടെ ചികിത്സയും ജീവിതത്തിലെ ഊർജ്ജമാത്രവഴികളിലൂടെയുള്ള അറിയലുകളിൽ നിന്നും ഏറെ ദൂരെയായിരുന്നു.

രോഗനിർണ്ണയത്തിന്നായി ആധുനിക ശാസ്ത്രം കാണ്ഡം ബയോളജി ഉപയോഗിച്ചാൽ എങ്ങിനെ ഇരിക്കും? അത് ആയുർവ്വേദവും ചക്രവ്യവസ്ഥകളും പോലെയുണ്ടാകും. ഈ ശാസ്ത്രത്തിന്നനുസരിച്ചാണ് ഹിന്ദുമതം, സംസ്ക്കാരം, ക്ഷേത്രങ്ങൾ എന്നിവ നിലനിൽക്കുന്നത്. അതുകൊണ്ട് ഭാരതത്തിന്റെ തദ്ദേശീയ ശാസ്ത്രത്തിന്റെ കണ്ണുകളിലൂടെയാണ് ഈ പുസ്തകത്തിൽ ആർത്തവപ്രായത്തിലുള്ള സ്ത്രീകൾക്ക് ശബരിമല കയറുന്നതിനുള്ള നിയന്ത്രണത്തെക്കുറിച്ച് ആരായുന്നത്. ഇവിടെ എഴുതിയിരിക്കുന്നവ പുറന്തള്ളാൻ പോലും ഒരാൾക്ക് ആ ശാസ്ത്രങ്ങളെക്കുറിച്ച് അടിസ്ഥാനപരമായ അറിവെങ്കിലും ഉണ്ടാകണമെന്ന് പറയാതെ തന്നെ അറിയാമല്ലോ. കാരണം ആധുനിക വൈദ്യശാസ്ത്രത്തിലൂടെ നമുക്ക് ഇവ മനസ്സിലാക്കാൻ കഴിയില്ല.

മതവും അനുഭവവും

എന്തെങ്കിലും കാര്യം സത്യമാണെന്ന് നമുക്കെങ്ങനെ അറിയാനാകും?

അധികം പേരും ദ്വിതീയ ഉറവിടങ്ങൾ വഴിയുള്ള വിവരങ്ങൾ - അടിസ്ഥാനവിവരങ്ങൾ, സംഖ്യകൾ, വിദഗ്ദ്ധരായവരുടെ അഭിപ്രായങ്ങൾ എന്നിവ വഴി ഇത്

അറിയുന്നു. എന്നാൽ കാര്യങ്ങളുടെ നിജസ്ഥിതി അറിയാൻ മറ്റൊരു മാർഗ്ഗം കൂടിയുണ്ട് - അനുഭവങ്ങളിലൂടെ നേരിട്ട് ലഭിക്കുന്ന അറിവ്. സത്യത്തെ മിഥ്യയിൽ നിന്നും ഒരാൾക്ക് വേർതിരിച്ചറിയാനുള്ള യഥാർത്ഥമായ വഴിയാണിത്. അതിലും പ്രധാനമായി, നേരിട്ടുള്ള അനുഭവത്തിനാണ് മതാധിഷ്ഠിതമായ ധാരണകളെ രൂപപ്പെടുത്താനാകുന്നത്. എന്റെ ധാരണകൾ ഇതിനെ അടിസ്ഥാനമാക്കിയാണ്. ഈ പുസ്തകത്തിൽ ഞാൻ ശബരിമലയുമായി ബന്ധപ്പെട്ട അഞ്ചുക്ഷേത്രങ്ങൾ സന്ദർശിച്ചപ്പോൾ എനിക്കുണ്ടായ അനുഭവങ്ങളും ഒരു സ്ത്രീയെന്ന നിലയിൽ അത് എന്നിൽ ഏൽപ്പിച്ച ആഘാതവും പങ്കുവെയ്ക്കുന്നു. ഇന്ത്യൻ സുപ്രീംകോർട്ട് 2018 മുതൽ സ്ത്രീകളുടെ പ്രവേശനത്തിലെ നിയന്ത്രണം നീക്കിയെങ്കിലും ഭക്തരുടെ ആഗ്രഹത്തെ മാനിക്കുന്നതു
കൊണ്ടും, ആർത്തവപ്രായത്തിലുള്ള ഒരു സ്ത്രീയെ ഇത്തരത്തിലുള്ള ഒരു സ്ഥലം ഏതുവിധം ബാധിക്കാമെന്ന് ഞാൻ സന്ദർശിച്ച മറ്റു ക്ഷേത്രങ്ങൾ എനിക്ക് മനസ്സിലാക്കിത്തന്നതുകൊണ്ടും കൂടിയാണ് ഞാൻ ശബരിമലക്ഷേത്രം ഇതുവരെയും സന്ദർശിച്ചിട്ടില്ലാത്തത്. എന്റെ അനുഭവങ്ങളെ

ഭാരതത്തിന്റെ തദ്ദേശീയമായ ശാസ്ത്രങ്ങളിലൂടെ വിവരിക്കാൻ ഞാൻ ശ്രമിച്ചിട്ടുണ്ട്.

ഒരു ക്ഷേത്രത്തിൽ വ്യാപിച്ചുകിടക്കുന്ന ചൈതന്യത്തിന്റെ സ്വഭാവം ഏതുവിധത്തിലാണ് അനുഭവിക്കാനാകുക?

സൂക്ഷ്മമായ മണ്ഡലങ്ങളെ അനുഭവിച്ചറിയാനുള്ള കഴിവോടുകൂടിയാണ് ചിലർ ജനിക്കുന്നത് എന്നു പറയപ്പെടുന്നു. ഭാരതത്തിൽ ഇതിനെ പൂർവ്വജന്മസംസ്ക്കാരം എന്നു പറയുന്നു. ഞാൻ അവരിൽ ഒരാളല്ല. എന്നെപ്പോലെയുള്ളവരിൽ അധികം പേർക്കും സൂക്ഷ്മമായ നശ്വരത അനുഭവിച്ചറിയുവാൻ ദേഹത്തേയും ദേഹിയേയും ഒരുപോലെ സജ്ജമാക്കേണ്ടത് വളരെ ആവശ്യമാണ്. യോഗ, പ്രാണായാമം, ധ്യാനം എന്നിവയുടെ സ്ഥിരമായ പരിശീലനം ജീവിതത്തിന്റെ സൂക്ഷ്മമായ വശങ്ങളെ അനുഭവിച്ചറിയുവാൻ വളരെയേറെ സഹായകമാകും.

നമ്മുടെ ശരീരം മറ്റു ദേഹാസ്വാസ്ഥ്യങ്ങളൊന്നും ഇല്ലെങ്കിൽ തീവ്രമായ അനുഭവങ്ങളിലേയ്ക്കുള്ള കരുവാണ്. ഉദാഹരണമായി, അസ്വസ്ഥവും വേദനാജനകവുമായ ആർത്തവചക്രമുള്ള ഒരു സ്ത്രീയ്ക്ക് ആർത്തവസംബന്ധിയായ പ്രശ്നങ്ങൾ ഉണ്ടെങ്കിൽ സാംസ്കാരികമായ നിയന്ത്രണങ്ങളെ പൊട്ടിച്ചെറിയുമ്പോഴുള്ള ആഘാതത്തെ

തിരിച്ചറിയാൻ പോലുമാകില്ല. അതുപോലെത്തന്നെ ഭൗതികതയുടെ പിന്തുടരലിൽ സദാ മഗ്നമായ മനസ്സ് സദാ ചഞ്ചലവും അസ്ഥിരവും ആകുന്നതിനാൽ സൂക്ഷ്മമായ വശങ്ങളിലേയ്ക്ക് അതിനെ പാകപ്പെടുത്തിയെടുക്കുക എന്നത് അസാദ്ധ്യം തന്നെയാണ്. നമുക്കു സൂക്ഷ്മമായ തലത്തിൽ സ്വന്തമായ അനുഭവങ്ങൾ വേണമെന്നുണ്ടെങ്കിൽ ഉള്ളിലെ കലമ്പലുകളെ തികച്ചും ശാന്തമാക്കേണ്ടത് ആവശ്യമാണ്. നാം തേടുന്നതെന്തും നമുക്കുള്ളിൽത്തന്നെയുണ്ട്. അവ നാം നിശ്ശബ്ദമായി പരിശീലിക്കുമ്പോൾ പുറത്തേയ്ക്ക് ആവിർഭവിക്കുന്നുവെന്നുമാത്രം.

അതുകൊണ്ടാണ് ഹൈന്ദവസംസ്കാരത്തിൽ മതത്തെ എല്ലായ്പ്പോഴും തീവ്രവിരക്തിയാൽ ശരീരത്തിനു ചിട്ടവരുത്തലും മനസ്സിനെ നിശ്ശബ്ദമാക്കലും അതുവഴി നമ്മെ സ്വയം നമ്മുടെ ഉള്ളിലേക്ക് തിരിക്കുന്നതുമായി ബന്ധപ്പെടുത്തിയിരിക്കുന്നത്. ശബരിമല ആചാരങ്ങളിൽ ഇത് നമുക്ക് വ്യക്തമായി കാണാനാകും.

എന്റെ അനുഭവങ്ങളെ വിസ്തരിച്ച് പറയുന്നതിന്റെ താത്പര്യം, മറ്റുള്ളവർക്കും ഒരു ക്ഷേത്രത്തിൽ പ്രവേശിച്ച് ഇതനുഭവിക്കാൻ സാധിക്കും എന്ന്

വായനക്കാർ അറിയാൻ വേണ്ടിയാണ്. അത്തരം അനുഭവങ്ങളിലൂടെ മാത്രമാണ് നമുക്ക് ശബരിമല പോലെയുള്ള സ്ഥലങ്ങൾ സ്ത്രീകളുടെ ശരീരത്തെ എങ്ങനെ പ്രതികൂലമായി ബാധിക്കാം എന്നതിന്റെ സൂചന ലഭിക്കുന്നത്.

സമഗ്രമായി ശബരിമലയെ അറിയൽ

“ഒരാൾക്ക് മറ്റൊരാളേക്കാൾ ദൂരക്കാഴ്ച്ച കിട്ടണമെങ്കിൽ അതികായന്മാരുടെ ചുമലുകളിലേറിനിന്ന് നോക്കണം” എന്ന ന്യൂട്ടന്റെ ചൊല്ലിന് ഞാൻ പൂർണ്ണമായും മാറ്റൊലി മുഴക്കാം. ഇക്കാര്യത്തിൽ ശ്രീ വി അരവിന്ദ് സുബ്രഹ്മണ്യം ശബരിമലയെക്കുറിച്ചും ശാസ്താവിനെക്കുറിച്ചും നടത്തിയ വിപുലമായ സൂക്ഷ്മനിരീക്ഷണങ്ങളും എഴുത്തുകളുമാണ് എന്റെ കൃതിക്ക് വഴികാട്ടിയായത്. അദ്ദേഹത്തിന്റെ വൈദഗ്ധ്യം ഗവേഷണങ്ങളിൽ നിന്നും മാത്രം കൈവന്നതല്ല, സ്വാനുഭവങ്ങളിൽ നിന്നുകൂടിയായതിനാൽ ആ അറിവുകൾ പ്രത്യേകതയിയന്നവ തന്നെ. ശബരിമലയോട് ബന്ധപ്പെട്ടുകിടക്കുന്ന ഷഡ് ചക്രക്ഷേത്രങ്ങളെക്കുറിച്ചുള്ള അദ്ദേഹത്തിന്റെ രചനയാണ് സമഗ്രമായി ശബരിമല ആചാരങ്ങളെ മനസ്സിലാക്കാനുള്ള എന്റെ ഈ യാത്രക്ക് നിദാനം. എന്നെ ശരിയായ

ദിശയിലേക്ക് വഴിനടത്തിയതിന് എന്റെ ഹൃദയത്തിന്റെ അടിത്തട്ടിൽ നിന്നും അദ്ദേഹത്തിന് നന്ദി രേഖപ്പെടുത്തിക്കൊള്ളുന്നു.

എനിക്ക് മനസ്സിലാക്കാൻ കഴിയാത്ത ഇടങ്ങളിൽ വന്ന പിഴകൾക്ക് ഞാൻ ഉത്തരവാദം ഏൽക്കുന്നു. ഒരു വ്യക്തിക്ക് എത്ര അറിവുണ്ടായാലും ദേവിയുടെ അനുഗ്രഹമില്ലാതെ ഒന്നും സാധ്യമല്ല എന്നത് എന്റെ അനുഭവമാണ്. ഞാൻ എഴുതിയ കാര്യങ്ങളിൽ എന്തെല്ലാം നിങ്ങൾക്ക് സ്വീകരിക്കാൻ കഴിയുന്നുവോ അവയെല്ലാം ദേവിയുടെ അനുഗ്രഹമാണ്. ആ ശക്തിയാണ് എന്റെ ഗ്രഹണശക്തിക്കപ്പുറമുള്ള അനുഭവങ്ങളെ തക്കതായ വാക്കുകൾ കൊണ്ട് പ്രകടിപ്പിക്കാൻ എന്നെ സജ്ജയാക്കിയത്.

കൃതജ്ഞത

ശ്രീ വി അരവിന്ദ് സുബ്രഹ്മണ്യത്തിന്റെ വിവിധമായ രചനകളിൽ വിശദീകരിക്കപ്പെട്ട ശാസ്താവിനെക്കുറിച്ചും അയ്യപ്പനെക്കുറിച്ചുമുള്ള വിവരങ്ങൾ ഇല്ലായിരുന്നെങ്കിൽ ഈ പുസ്തകം എഴുതാനാകുമായിരുന്നില്ല. തന്റെ തിരക്കേറിയ സമയങ്ങൾക്കിടയിലും എന്നെ നയിക്കാനും, ഈ പുസ്തകത്തിന്റെ പ്രൂഫ് നോക്കാനും, ഈ പുസ്തകത്തിന്നായി ശാസ്താവിന്റെ ചിത്രങ്ങൾ തരാനും, മുഖവുരയെഴുതാനും അദ്ദേഹം കാണിച്ച സന്മനസ്സിനു നന്ദി പറയുന്നു.

ഈ യാത്രയിൽ എന്റെ കൂടെ നിന്നവരായ ഭാസ്കറിനും വൈജയന്തിക്കും അവരുടെ തീരാത്ത പിന്തുണക്കും ഈ കൃതിയെ പുറത്തുകൊണ്ടുവരാനുള്ള പ്രചോദനത്തിനും എന്റെ നന്ദി അറിയിക്കുകയാണ്. സമയമുണ്ടാക്കി ഈ പുസ്തകത്തിന്റെ കൈയ്യെഴുത്തുപ്രതിയുടെ പ്രൂഫ് വായന നടത്തി വിലയേറിയ ഉപദേശങ്ങൾ നൽകിയ ഭാസ്കറിന്റെ സഹായമില്ലായിരുന്നെങ്കിൽ ഈ പുസ്തകം

ഇതുവിധമാകുമായിരുന്നില്ലെന്നതിനാൽ നന്ദി അറിയിക്കുകയാണ്.

അവസാനമായി, "എന്തുകൊണ്ട് ശബരിമലയിൽ ഞങ്ങൾക്ക് പ്രവേശിച്ചുകൂടാ?" എന്ന ചോദ്യമുയർത്തിയ സ്ത്രീകളോട്- നിങ്ങളുടെ ആ ചോദ്യമാണ് എന്നെ ഈ യാത്രയിലേക്ക് നയിച്ചത്. അതിന് നന്ദി.

അദ്ധ്യായം 1
ഹൈന്ദവക്ഷേത്രങ്ങളുടെ ശാസ്ത്രം

"എന്ത് ഇവിടെയുണ്ടോ, അത് എല്ലായിടത്തുമുണ്ട്. എന്ത് ഇവിടെ ഇല്ലയോ, അത് എവിടെയുമില്ല."

(यदिहास्ति तदन्यत्र। यन्नेहास्ति न तत् क्वचित्॥)

- (വിശ്വസാര തന്ത്രം)

ആത്മീയതയുടെ മാർഗ്ഗമെന്നത് മതത്തിന്റെ മാർഗ്ഗത്തിൽ നിന്നും വ്യത്യസ്തമാണ്. ദേവീ ദേവന്മാരുടെ ആരാധന ഉൾക്കൊള്ളുന്ന മതം ചൈതന്യത്തിന്റെ വിവിധങ്ങളായ രൂപങ്ങളും ആദ്ധ്യാത്മികമായ മുക്തി അല്ലെങ്കിൽ ജ്ഞാനോദയം എന്ന പരിസമാപ്തിയിലേക്കുള്ള കാരണോന്മുഖതയുമാണ്. ഓരോ ലക്ഷ്യത്തിലെത്താനും പലവഴികൾ ഉള്ളതുപോലെ ആത്മീയതയുടെ പാതയിലും ലക്ഷ്യപ്രാപ്തിയെത്താൻ പലമാർഗ്ഗങ്ങളുണ്ട്. മതവും ക്ഷേത്രങ്ങളോട് അനുബന്ധിച്ചുള്ള ഭക്തിയും അവയിലൊരു മാർഗ്ഗമാണ്. പലരൂപങ്ങളിലായുള്ള യോഗ മറ്റൊരു മാർഗ്ഗവും.

ഹൈന്ദവ പാരമ്പര്യമനുസരിച്ച് മനുഷ്യന്റെ നിലനിൽപ്പിന്റെ ഉരുത്തിരിയൽ കൃതയുഗം, ത്രേതായുഗം, ദ്വാപരയുഗം, കലിയുഗം എന്നീ നാലുയുഗങ്ങളുടെ, അല്ലെങ്കിൽ കാലഘട്ടങ്ങളുടെ ഭാഗമായാണ് നാം മനസ്സിലാക്കുന്നത്. ഒരോ യുഗങ്ങൾ കഴിയും തോറും മനുഷ്യന്റെ ആത്മസാക്ഷാത്ക്കാരത്തിനുള്ള കഴിവ് ക്ഷയിച്ചുകൊണ്ടിരിക്കുന്നതായി പറയപ്പെടുന്നു. മനുഷ്യൻ സദാചാരപരമായും സാന്മാർഗ്ഗികമായും തരംതാഴ്ന്ന് ഇപ്പോൾ ഉള്ള കലിയുഗത്തിൽ അതേറ്റവും അധ:പതിക്കുമെന്ന് കണക്കാക്കപ്പെടുന്നു. ശ്രീ എസ്.കെ.രാമചന്ദ്രറാവു[1]വിന്റെ 12 വാള്യങ്ങളായി എഴുതപ്പെട്ട ആഗമ എൻസൈക്ലോപ്പീഡിയയിൽ അദ്ദേഹം എഴുതുന്നു:

പുരാണങ്ങളിൽ ഇങ്ങനെ പറഞ്ഞിട്ടുണ്ട്:

- ❖ കൃതയുഗത്തിൽ ദൈവം നേരിട്ട് പ്രത്യക്ഷപ്പെട്ട് ജനങ്ങളെ സഹായിച്ചിരുന്നതിനാൽ ക്ഷേത്രങ്ങളുണ്ടായിരുന്നില്ല.

---

1 ദ ആഗമ എൻസൈക്ലോപ്പീഡിയ - എസ്.കെ. രാമചന്ദ്രറാവു

- ത്രേതായുഗത്തിൽ ധർമ്മം ക്ഷയിച്ച് ധർമ്മിഷ്ഠർക്ക് സ്ഥായിയായ സ്വന്തം ഭാവത്തിലും മറ്റുള്ളവർക്ക് വിഗ്രഹരൂപത്തിലും ദർശനം കിട്ടിയിരുന്നു. പക്ഷേ അപ്പോഴും ജനങ്ങൾ തങ്ങളുടെ ഗൃഹങ്ങളിൽ വിഗ്രഹങ്ങൾ പ്രതിഷ്ഠിച്ചിരുന്നതിനാൽ ക്ഷേത്രങ്ങൾ ഉണ്ടായിരുന്നില്ല.
- ദ്വാപരയുഗത്തിൽ നന്മയും തിന്മയും ഏതാണ്ടൊരുപോലെ പരസ്പരം മത്സരിച്ചിരുന്നതിനാൽ മഹർഷിമാർ കഷ്ടപ്പാടുകൾ സഹിച്ച് ദർശനം നടത്താൻ സന്നദ്ധതയുള്ളവർക്കായി വിദൂരമായ വനങ്ങളിലായി വിഗ്രഹങ്ങൾ പ്രതിഷ്ഠിച്ചു.
- കലിയുഗത്തിൽ തിന്മ നന്മയ്ക്കു മുകളിലായപ്പോൾ ഒരു ദൈവീക സാന്നിദ്ധ്യത്തിനേ ഈ പരിതാപകരമായ അവസ്ഥ മാറ്റാനാകൂ എന്നായതിനാൽ ഓരോ ഗ്രാമത്തിനും നഗരത്തിനും ക്ഷേത്രത്തിന്റെ ആവശ്യകത കൈ വന്നു.

ക്ഷേത്രങ്ങളുടെ ഉത്ഭവം ക്രിസ്തുവിനുശേഷം മൂന്നോ നാലോ നൂറ്റാണ്ടുകളിലായാണെന്ന് പറയപ്പെടുന്നു. അതിനും മുൻപു രചിക്കപ്പെട്ട ആയുർവ്വേദ ഗ്രന്ഥങ്ങളിൽ

ക്ഷേത്രദർശനത്തിനോടനുബന്ധിച്ച ആർത്തവ സംബന്ധിയായ നിയന്ത്രണങ്ങളെക്കുറിച്ചൊന്നും കാണാതിരിയ്ക്കാനുള്ള കാരണം ഇതിനാൽ വ്യക്തമാകുന്നു.

തന്ത്രം

ഇന്നു നമുക്ക് അറിയുന്നതുപോലെ ഹിന്ദു ക്ഷേത്രങ്ങൾ കലിയുഗത്തിനായി പ്രത്യേക രൂപകൽപ്പന ചെയ്തവയാകുന്നു. കലിയുഗത്തിൽ മനുഷ്യർക്ക് യോഗസാക്ഷാത്ക്കാരത്തിന്റെ വഴി പിന്തുടർന്ന് ആത്മസാക്ഷാത്ക്കാരം കൈവരിയ്ക്കാൻ ബുദ്ധിമുട്ടുണ്ടാകുന്നു. അതിനാലാണ് തന്ത്രശാസ്ത്രം ഉറവെടുത്തത്.

വേദങ്ങൾ പരമോന്നതമായ സത്യവും (ജ്ഞാനകാണ്ഡം) ആത്മസാക്ഷാത്ക്കാരവും നേടാനുള്ള വഴിയായി കർശനമേറിയ പെരുമാറ്റച്ചട്ടങ്ങളും കഠിന നിഷ്ഠകളും നിറഞ്ഞ യാഗങ്ങളെ മുന്നോട്ടു വച്ചു (കർമ്മകാണ്ഡം). ഓരോ വ്യക്തിയുടെയും ലക്ഷ്യം മുക്തി നേടലായിരിക്കണം. എന്നാൽ കലിയുഗത്തിൽ ജനങ്ങളുടെ മുൻഗണനകൾ മാറപ്പെടുകയും ഭുക്തി (ഭോഗം) മുക്തിയേക്കാളേറെ പ്രാധാന്യം നേടുകയും ചെയ്തു. ജനങ്ങൾ ലൌകികമായ കാര്യങ്ങളിൽ കൂടുതലായി മുഴുകിയതിനാൽ മുക്തിയിലേക്കു

നയിക്കുന്ന മികച്ച ആദ്ധ്യാത്മികമായ സത്യങ്ങൾ ചർച്ച ചെയ്യുന്നതോ പഠിപ്പിക്കുന്നതോ അസാധ്യമായി. അപ്പോഴാണ് ജനങ്ങൾക്ക് ഭുക്തിക്കൊപ്പം തന്നെ മുക്തിയും നേടാമെന്ന ഉറപ്പുമായി തന്ത്രശാസ്ത്രം നിലവിൽ വന്നത്. ഈ സിദ്ധാന്തത്തിന്റെ ശ്രേഷ്ഠമായ തെളിവുകളാണ് ഹൈന്ദവക്ഷേത്രങ്ങൾ.

വളരെ ലളിതമായി പറയുകയാണെങ്കിൽ തന്ത്രമെന്നാൽ സാങ്കേതികത എന്നു പറയാം. തന്ത്രജ്ഞാനാനുസരണമായാണ് ഓരോ ഹൈന്ദവക്ഷേത്രവും പണികഴിക്കപ്പെടുന്നത്. ക്ഷേത്രം പണി കഴിപ്പിക്കൽ, പ്രതിഷ്ഠാപനം, ആരാധന, പൂജാവിധികൾ എന്നിവക്കെല്ലാം തന്നെ ആഗമശാസ്ത്രങ്ങൾ നൽകുന്ന വിശദവിവരങ്ങൾ തന്ത്രശാസ്ത്രത്തിനെ അടിസ്ഥാനമാക്കിയാണ്. തന്ത്രം വിശാലവും ആഴമേറിയതുമായ ഒരു ശാസ്ത്രമാണ്; ഒപ്പം തന്നെ വളരെ അനുഭവവേദ്യവും. ഒരു ഹൈന്ദവക്ഷേത്രം സന്ദർശിയ്ക്കുന്ന എല്ലാവർക്കും തന്നെ തന്ത്രശാസ്ത്രം എങ്ങനെ മനുഷ്യശരീരത്തേയും മനസ്സിനേയും ബാധിക്കാമെന്നതിന്റെ നേരിട്ടുള്ള അനുഭവം ഉണ്ടാവും.

ക്ഷേത്രങ്ങളും മനുഷ്യശരീരവും

വേദാന്തത്തിനെ അടിസ്ഥാനമാക്കിയുള്ള യോഗശാസ്ത്രത്തെ പിന്തുടർന്ന് ആത്മീയമായ ജ്ഞാനോദയം തേടുമ്പോൾ, പൂർണ്ണമായ അവബോധത്തോടെ നാം നമ്മുടെ ഉള്ളിലേക്ക് തിരിയുന്നു. യോഗ ഇക്കാലത്ത് കൂടുതലായി പ്രചരിപ്പിയ്ക്കപ്പെട്ടവിധത്തിലുള്ള പല അംഗവിന്യാസങ്ങളുള്ള ശരീരത്തിന്റെ തിരിയലുകളും മറിയലുകളും മാത്രമല്ല. പ്രാപഞ്ചികമായ ചൈതന്യങ്ങളുമായുള്ള പരിപൂർണ്ണമായ ലയനത്തിന്റെ ഒരു വിഭാഗമായ യോഗയുടെ ഒരു വിന്യാസം മാത്രമാണ് ഇന്ന് വളരെ പ്രചാരത്തിലുള്ള, അംഗവിന്യാസങ്ങളടങ്ങിയ ഹഠയോഗ. അറിവിലൂടെ പരമമായ സത്യത്തെ തേടുന്ന ജ്ഞാനയോഗ, മനസ്സിനെ നിയന്ത്രണവിധേയമാക്കി സത്യത്തെ പിന്തുടരുന്ന രാജയോഗ, കലർപ്പില്ലാത്ത ഭക്തിയുടെ ഭക്തിയോഗ, ജീവിതത്തിലെ പ്രവൃത്തികളിൽ മുഴുകിക്കൊണ്ടു തന്നെ വിരക്തിതേടുന്ന നൈപുണ്യമായ കർമ്മയോഗ, ചക്രങ്ങൾക്ക് ഊർജ്ജസ്വലത കിട്ടാനും കുണ്ഡലിനിയെ ഉണർത്താനും പ്രാണായാമം, ധ്യാനം എന്നീ സാങ്കേതികത്വം പകരുന്ന ലയയോഗ അഥവാ കുണ്ഡലിനി യോഗ, പരമമായ മോക്ഷം കിട്ടാൻ മന്ത്രങ്ങളുടെ ഉപയോഗം തേടുന്ന മന്ത്രയോഗ

എന്നിവയാണ് മറ്റു രീതികൾ. ഇവയിലെ ഒരുരീതിയും മറ്റൊന്നിനേക്കാൽ ശ്രേഷ്ഠമെന്ന് പറയാൻ ആവില്ല തന്നെ. എല്ലാം തന്നെ പരമമായ ലക്ഷ്യത്തിലെത്താൻ ഒരുപോലെ ശക്തിയാർജ്ജിച്ചവയും സാധുതയുള്ളവയുമായ രീതികളാണ്.

യോഗയ്ക്ക് വ്യക്തികളുടെ ഭൌതികവും മാനസികവുമായ പോരായ്മകളെ നികത്താനും ദേഹിയ്ക്കും ദേഹത്തിനും അതീതമായി നീങ്ങാനും പദ്ധതി തയ്യാറാക്കാനാകുന്നു. ഈ വഴിയെ നിവൃത്തി മാർഗ്ഗം എന്നും വിളിക്കും. ഈ വഴിയിൽ ക്ഷേത്രദർശനങ്ങളും ദേവീ ദേവന്മാരെ പൂജിക്കലും രണ്ടാം സ്ഥാനത്തോ (അഥവാ ഇല്ലാതെയോ) വന്ന് ശ്രദ്ധ വ്യക്തിഗതമായ കഴിവുകളിലൂടെ മനുഷ്യർ നേരിടുന്ന തടസ്സങ്ങളെ തരണം ചെയ്യാനും, ജനന-പുനർജ്ജനന സംഭവചക്രങ്ങളെ തകർക്കാനും, മുക്തി നേടാനും ഉള്ള കേന്ദ്രീകരിക്കലായി മാറും. അങ്ങനെയുള്ള വഴിയിലെ ദൈവമെന്ന സങ്കൽപ്പം യാതൊരുവിധ വിശേഷണങ്ങൾക്കും അടിപ്പെടാത്ത പരിശുദ്ധമായ, ദൈവീകമായ അന്തർബോധമായ നിർഗുണം ആണ്. നാം പിന്തുടരുന്നതെന്താണോ അത് രൂപരഹിതമായ ഒന്നായതിനാൽ ഈ മാർഗ്ഗത്തിലൂടെയുള്ള സഞ്ചാരം വളരെ ബുദ്ധിമുട്ടുള്ളതും പഞ്ചേന്ദ്രിയങ്ങളുടെ പരിമിതികളാൽ

ഗ്രഹിച്ചെടുക്കാൻ ബുദ്ധിമുട്ടേറിയതുമാണ്. സ്വാഭാവികമായും വളരെ ചെറിയൊരു ശതമാനം പേർ മാത്രമേ ഈ വഴി പിന്തുടരാറുള്ളൂ. എല്ലാ മനുഷ്യർക്കും പിന്തുടരാവുന്ന മറ്റൊരുവഴി, ഹൈന്ദവക്ഷേത്രങ്ങളുടേതും ആരാധനാമൂർത്തി മനുഷ്യർക്ക് ചേരുംവിധം രൂപത്തിൽത്തന്നെ പ്രത്യക്ഷപ്പെടുന്ന സഗുണബ്രഹ്മ ദർശനാവസ്ഥയുടേതുമാണ്.

നിർഗ്ഗുണമോ സഗുണമോ ആയ ഏതുപാത തിരഞ്ഞെടുത്തെന്നാലും ഓരോ ആദ്ധ്യാത്മിക നടപടിക്രമങ്ങൾക്കും അതിന് സദൃശമായ ശരീരശാസ്ത്രപരമായ പ്രഭാവം സൃഷ്ടിയ്ക്കാനാകുന്നു. മനുഷ്യന്റെ ശരീരശാസ്ത്രത്തിന്റെ തനിപ്പകർപ്പുകൾ ഒരു ഹൈന്ദവ ക്ഷേത്രത്തിനകത്ത് സൃഷ്ടിച്ച് യോഗയിൽ എന്നപോലെ മനുഷ്യന്റെ പ്രജ്ഞയെ വികസിപ്പിക്കാൻ ക്ഷേത്രത്തിന് കഴിയും. നമ്മുടെ ശരീരം ഈ പ്രപഞ്ചത്തിന്റെ ഒരു തനിപ്പകർപ്പാകയാൽ പ്രപഞ്ചത്തിൽ എന്തെല്ലാം അടങ്ങിയിട്ടുണ്ടോ, അവയെല്ലാം തന്നെ മനുഷ്യശരീരത്തിലും കാണപ്പെടുന്നു. വിശ്വസാര തന്ത്രത്തിൽ നിന്നുള്ള ഉദ്ധരിണിയിൽ പറയുന്നതു പോലെ:

“ഇവിടെ എന്തുണ്ടോ, അവ അവിടെയുമുണ്ട്. ഇവിടെയില്ലാത്തവ എവിടെയുമില്ല”

ഹൈന്ദവക്ഷേത്രങ്ങൾ ഇത്തരത്തിൽ വിശാലമായി പ്രപഞ്ചത്തെ കൂട്ടിയിണക്കാൻ നമ്മെ സഹായിക്കുന്നു. നാം ക്ഷേത്രദർശനം നടത്തുന്നത് വിധിപ്രകാരമുള്ള നിയമങ്ങൾക്കനുസരിച്ചാകണമെന്ന ഒരേയൊരു നിബന്ധന മാത്രം മുൻപിൽ വച്ച്, നമ്മുടെ അദ്ധ്വാനത്തെ ലഘൂകരിക്കുന്നു. അതെ, കലിയുഗത്തിൽ മുഴുവൻ നടപടിക്രമങ്ങളും അത്രമാത്രം സരളമായാണ് മനുഷ്യർക്ക് മുൻപിൽ വച്ചിരിക്കുന്നത്. മനുഷ്യർക്ക് ഇത്തരം വിശുദ്ധമായ ഇടങ്ങളിലേക്ക് കടന്നുചെല്ലുകയും അവയുടെ പ്രഭാവം അവരിൽ പതിക്കാൻ ഇടവരുത്തുകയും മാത്രമേ ചെയ്യേണ്ടതായുള്ളൂ.

എങ്ങിനെയാണ് ഒരു ക്ഷേത്രത്തെ മനുഷ്യശരീരത്തോട് സമാനമായി നിർമ്മിയ്ക്കേണ്ടതെന്ന് ആഗമശാസ്ത്രത്തിൽ പറയുന്നുണ്ട്. സത്യത്തിൽ വാസ്തുമണ്ഡലം, ക്ഷേത്രനിർമ്മിതിയ്ക്കുള്ള രൂപകൽപ്പനയെ സംബന്ധിച്ച അടിസ്ഥാനമായ രൂപരേഖ, കാണിക്കുന്നത് മനുഷ്യസമാനനായ ഒരാൾ നിലത്ത് കമിഴ്ന്ന് കിടക്കും വിധമാണ്. ഈ വ്യക്തി വാസ്തുപുരുഷൻ എന്ന്

വിളിയ്ക്കപ്പെടുന്നു. വാസ്തുപുരുഷന്റെ ശരീരത്തിലൂടെ ക്ഷേത്രം മനുഷ്യശരീരത്തിന് സമാനമായ വിഭാഗങ്ങൾ ഉൾക്കൊള്ളുന്നതെങ്ങനെയെന്ന് നാം മനസ്സിലാക്കുന്നു.[2]

എസ്.കെ. രാമചന്ദ്രറാവുവിന്റെ പുസ്തകം[3], പുരാതന മൂലഗ്രന്ഥങ്ങൾ ക്ഷേത്രത്തെ മനുഷ്യശരീരത്തോട് ഏതുവിധം തുലനം ചെയ്യുന്നുവെന്ന് വിശദമാക്കുന്നുണ്ട്: "ഒരു ക്ഷേത്രത്തിനായി രൂപരേഖ വരയ്ക്കപ്പെടുമ്പോൾ ഒരു പുരുഷരൂപത്തെ (വാസ്തുപുരുഷൻ) കമിഴ്ന്നുകിടക്കുംവിധം ചിത്രീകരിക്കുന്നു. അദ്ദേഹത്തിന്റെ പാദങ്ങൾ പ്രവേശനഗോപുരങ്ങളും ജനനേന്ദ്രിയം കൊടിമരവും (ധ്വജസ്തംഭം) ഉദരം നമസ്കാരമണ്ഡപവും (രംഗമണ്ഡപം) ഹൃദയം അന്തരാളവും ശിരസ്സ് ഗർഭഗൃഹവും രണ്ടു പുരികങ്ങൾക്കുമിടയിലെ സ്ഥലം പ്രതിഷ്ഠയുടെ ഇരിപ്പിടവുമാകുന്നു."

ശരിക്കും ക്ഷേത്രങ്ങൾ എങ്ങിനെയാണ് മനുഷ്യശരീരശാസ്ത്രത്തിന്റെ തനിപ്പകർപ്പായി മാറുന്നത്? അത് പ്രതീകാത്മകം മാത്രമാണോ

2 ദ ഹിന്ദു ടെമ്പിൾ വോള്യം 1, 1946, - സ്റ്റെല്ല ക്രമ്രിസ്ച്

3 ദ ആഗമ എൻസൈക്ലോപ്പീഡിയ- ആലയ ആൻഡ് ആരാധന- എസ്.കെ.രാമചന്ദ്ര റാവു.

അതോ അതിലും കൂടുതലായുമുണ്ടോ?
ഭൌതികമായ തലത്തിൽ അവ നമ്മിൽ
ഏതുവിധത്തിലെല്ലാം പ്രഭാവമേൽപ്പിക്കുന്നു?

ഈ ചോദ്യങ്ങൾക്ക് ഉത്തരം നൽകുന്നതിനു
മുൻപായി തന്ത്രഗ്രന്ഥങ്ങളിൽ
വ്യാഖ്യാനിക്കപ്പെടുന്ന വളരെ ആകർഷകവും
സൂക്ഷ്മവുമായ ചക്രശാസ്ത്രത്തെ
ആഴത്തിലറിയാൻ നമുക്ക് സമയമായി.

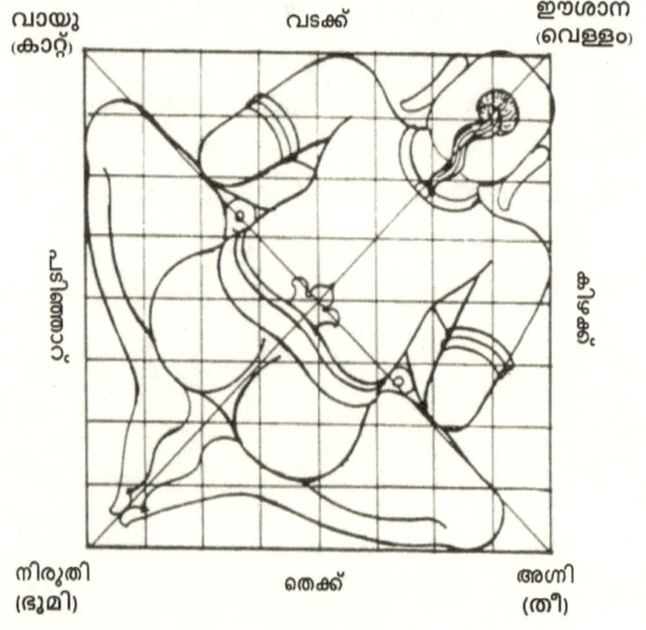

Figure 1

ചിത്രം 1.- വാസ്തുപുരുഷമണ്ഡലം

(ചിത്രങ്ങൾക്ക് കടപ്പാട്:- Verena Rapp de Eston - Own work CC BY_SA 4.0, httpscommons.wikimedia.orgwindex.phpcurid=43730422)

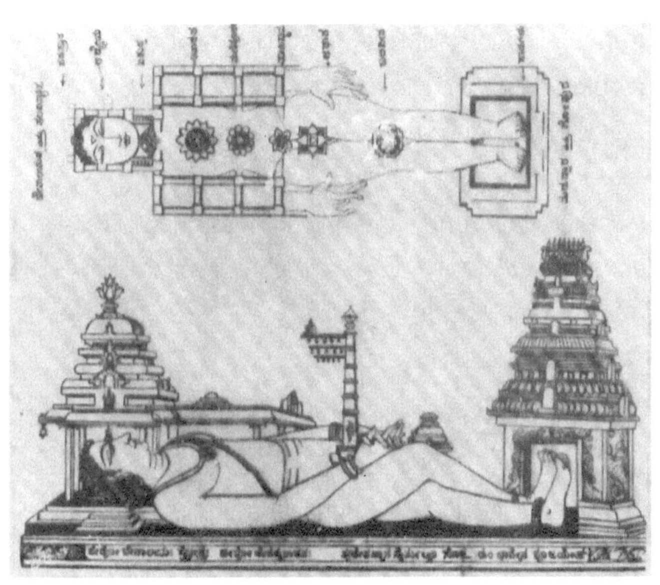

Figure 2

ചിത്രം.2 മനുഷ്യദേവാലയം

(കടപ്പാട്: എസ്.കെ. രാമചന്ദ്ര റാവു, ദ ആഗമ എൻസൈക്ലോപ്പീഡിയ, 2005)

ചക്രങ്ങൾ

ഒരു പരിപാവനമായ സ്ഥലം ഒരുക്കിയെടുക്കുന്നതിനുപയോഗിക്കുന്ന തന്ത്രങ്ങൾക്ക് ചക്രങ്ങൾ എന്നു വിളിക്കപ്പെടുന്ന സൂക്ഷ്മമായ ഊർജ്ജ സന്ധികളിലൂടെ മനുഷ്യശരീരത്തിൽ ശക്തമായ പ്രഭാവം ഏൽപ്പിക്കാനാകും. ക്ഷേത്രങ്ങളെ അടിസ്ഥാനമാക്കി തന്ത്രം എങ്ങനെ പ്രവർത്തിക്കുന്നു എന്ന് അറിയണമെങ്കിൽ മനുഷ്യശരീരത്തെ ചക്രങ്ങൾ എങ്ങനെ സ്വാധീനിയ്ക്കുന്നു എന്ന് അറിയേണ്ടതാവശ്യമാണ്.

ചക്രങ്ങളും അവയ്ക്ക് നമ്മുടെ മേലുള്ള സ്വാധീനവും ഒരു പ്രത്യേക പാത പിന്തുടരുന്നതിനുള്ള നമ്മുടെ സന്നദ്ധതയേയും താൽപ്പര്യത്തേയും ആശ്രയിച്ചിരിയ്ക്കും. നമ്മൾ പ്രവൃത്തിമാർഗ്ഗം (കർമ്മത്തിന്റെ പാത) പിന്തുടരുകയാണെങ്കിൽ ചക്രങ്ങളുടെ സ്വാധീനം ഭൗതികമായ നിലയിലായി ലൌകികമായ സുഖങ്ങളും നല്ല ആരോഗ്യവും ക്ഷേമവും ഉറപ്പു വരുത്തുന്നു. നമ്മൾ നിവൃത്തിമാർഗ്ഗം (വിരക്തിമാർഗ്ഗം) പിന്തുടരുകയാണെങ്കിൽ ചക്രങ്ങൾ നമ്മെ ആദ്ധ്യാത്മികമായ നിലയിൽ സ്വാധീനിച്ച് സ്വയം ഉള്ളിലേയ്ക്ക് ഇറങ്ങിച്ചെന്ന് മോക്ഷത്തിലേയ്ക്ക് നയിക്കാൻ

സഹായിക്കുന്നു. അതുകൊണ്ടാണ് പല ദൃഷ്ടാന്തങ്ങളിലും ഒരേ ക്ഷേത്രങ്ങൾ തന്നെ ചിലർക്ക് ലോകക്ഷേമവും മറ്റുചിലർക്ക് ആദ്ധ്യാത്മികസാധ്യതകളും പ്രദാനം ചെയ്യുന്നത്.

നമുക്ക് മുൻപേ തന്നെ അറിയാവുന്ന കാര്യങ്ങൾ വച്ച് തുടക്കം കുറിയ്ക്കൽ എളുപ്പമാകയാൽ ആധുനിക വൈദ്യശാസ്ത്രമനുസരിച്ച് ചക്രങ്ങൾ മനുഷ്യന്റെ ശരീരഘടനയോട് എങ്ങനെ യോജിക്കുന്നുവെന്ന് നോക്കാം. ആയുർവ്വേദാനുസാരമുള്ള ദോഷങ്ങളിൽ ചക്രങ്ങൾ എങ്ങനെ പ്രഭാവം ചെലുത്തുന്നുവെന്നതും സംഗ്രഹിച്ചെഴുതാം. തുടർന്നുള്ള അധ്യായങ്ങൾ അതേ ചക്രങ്ങൾ ആധ്യാത്മികവശങ്ങളിലൂടെ ഏതുവിധം പ്രതികരിക്കുമെന്നതിലേക്കും വെളിച്ചം വീശുന്നു.

ചക്രങ്ങളും മനുഷ്യന്റെ ശരീരഘടനയും

ആധുനികവൈദ്യശാസ്ത്രപ്രകാരം നാം മനസ്സിലാക്കുന്ന മനുഷ്യശരീരഘടനാശാസ്ത്രത്തിന് സദൃശമായ ഒരു സൂക്ഷ്മമായ ശരീരഘടന ചക്രവ്യവസ്ഥയിലും ആയുർവ്വേദത്തിലും മനസ്സിലാക്കപ്പെട്ടിട്ടുണ്ട്.

ശാരീരികമായ സ്ഥിതിയിൽ, ഞരമ്പുകളും നാഡീവ്യൂഹങ്ങളും എന്താണെന്നത് നമുക്കേവർക്കും അറിയാവുന്ന കാര്യമാണ്.

നാഡീവ്യൂഹമെന്നാൽ നാഡിയിഴകൾ കൂട്ടിമുട്ടുകയും വിനിമയം നടത്തുകയും ശാഖകളായി ശരീരത്തിന്റെ പ്രത്യേകഭാഗങ്ങളിലേക്കായി പിരിഞ്ഞുപോകുകയും ചെയ്യുന്ന സന്ധിസ്ഥലങ്ങളാണ്. സുഷുമ്നാ നാഡീവ്യൂഹത്തിൽ ഉൾപ്പെട്ടിരിക്കുന്ന കഴുത്തിന്റെ നാഡീവ്യൂഹവും ഭുജങ്ങളുടെ നാഡീവ്യൂഹവും നടുവുമായി ബന്ധപ്പെട്ട നാഡീവ്യൂഹവും ത്രികാസ്ഥിസംബന്ധമായ നാഡീവ്യൂഹവും ഗുദാസ്ഥി നാഡീവ്യൂഹവും നട്ടെല്ലിന്റെ ഏറ്റവും മുകളിൽ നിന്നും നട്ടെല്ലിന്റെ ഏറ്റവും താഴെ വരെയുള്ള സ്ഥലങ്ങളിലൂടെ വ്യാപരിക്കുന്നു. ഇതു കൂടാതെ നമുക്ക് സ്വയംപ്രവർത്തന ശേഷിയുള്ള ഹൃദയത്തിലേയും ശ്വാസകോശത്തിലേയും ഉദരത്തിലേയും നാഡീവ്യൂഹങ്ങളുണ്ട്.

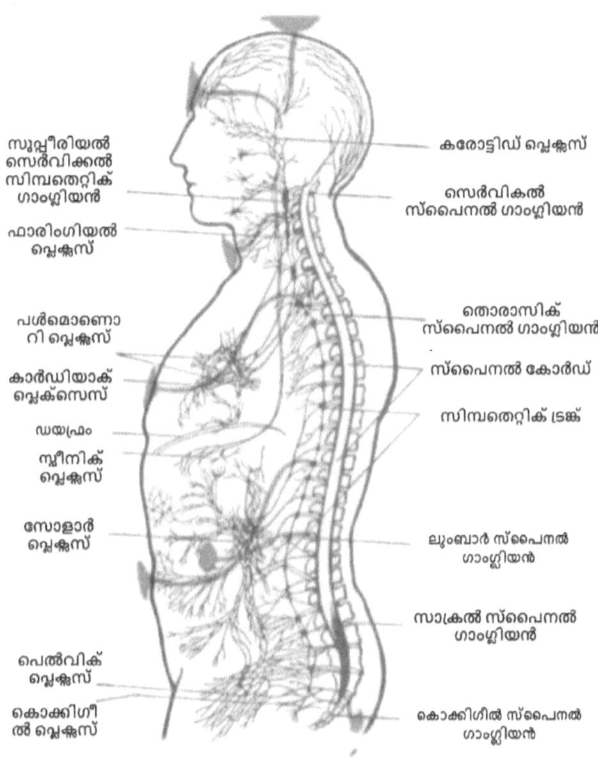

ചിത്രം-3 നാഡീവ്യൂഹവും ചക്രങ്ങളും

(മൂലം: ലീഡ്ബീറ്റർ, സി.ഡബ്ലിയു.ചക്രാസ്,1927) (ഇവിടെ ഗ്രന്ഥകർത്താവ് ഈ ചിത്രത്തിലും തന്റെ പുസ്തകത്തിലും ഒരു സ്പ്ലീൻ ചക്രത്തെ സൂചിപ്പിക്കുകയും സ്വാധിഷ്ഠാനചക്രത്തെ വിട്ടുകളയുകയും ചെയ്തിരിക്കുന്നു.)

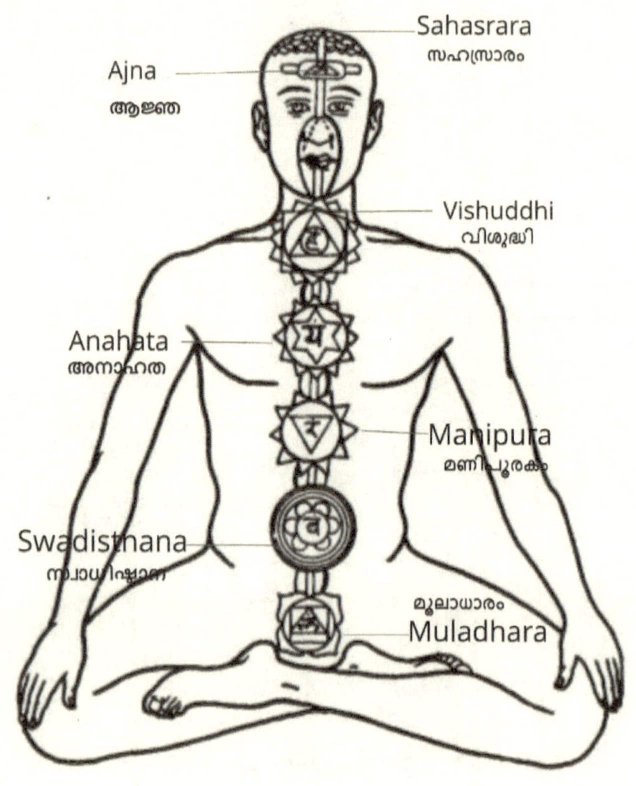

ചിത്രം.4 ചക്രങ്ങളുടെ സ്ഥാനം

(മൂലം:സ്വാമി ശിവാനന്ദ, കുണ്ഡലിനി യോഗ, 1994)

സ്ഥൂലശരീരത്തിൽ പ്രവർത്തിക്കുന്ന നാഡികളും നാഡീവ്യൂഹങ്ങളും പോലെ തന്നെ സൂക്ഷ്മമായ തലങ്ങളിൽ പ്രവർത്തിക്കുന്ന നാഡികളും ചക്രങ്ങളുമുണ്ട്. സൂക്ഷ്മമായ ഊർജ്ജവഴികളായി വർത്തിക്കുന്ന 72000 നാഡികളുടെ സാന്നിദ്ധ്യത്തെക്കുറിച്ച് ആയുർവ്വേദഗ്രന്ഥങ്ങൾ ചൂണ്ടിക്കാട്ടുന്നുണ്ട്. കുറെയേറെ നാഡികൾ കൂട്ടിമുട്ടുന്ന ബിന്ദുക്കളെ അഥവാ സന്ധിസ്ഥലത്തെ ചക്രം എന്നു പറയുന്നു. അവയിൽ അഞ്ചുചക്രങ്ങൾ (മൂലാധാരം മുതൽ വിശുദ്ധി വരെ) പ്രവർത്തിക്കുന്നത് പ്രാണമയ കോശത്തിലും ആറാമത്തെ ചക്രമായ ആജ്ഞാചക്രവും സഹസ്രാരം വരെയുള്ള മധ്യവർത്തി ചക്രങ്ങളും മനോമയകോശത്തിലും വ്യാപരിക്കുന്നു. ഏഴാമത്തെ സഹസ്രാരം ശരിക്കും ഒരു ചക്രമല്ല, എന്നാൽ പരിപൂർണ്ണമായ അന്തർബോധാവസ്ഥയുടെ ദശയാണ്.

പുറം കണ്ണിന് അഗോചരമെങ്കിലും, ചക്രങ്ങൾ ഒറ്റതിരിഞ്ഞല്ല പ്രവർത്തിക്കുന്നത്, അതിന്റെ ആകർഷണവലയം നിർദ്ദിഷ്ടമായ നാഡീവ്യൂഹങ്ങളേയും, എൻഡോക്രൈൻ ഗ്രന്ഥികളേയും[4] അതിനോട് ചേർന്നുകിടക്കുന്ന

---

4 എൻഡോക്രൈൻ ഗ്രന്ധികൾ ഹോർമോണുകളെ പരസ്പരം ആശയവിനിമയം നടത്താനും അങ്ങിനെ

അവയവങ്ങളേയും സ്വാധീനിക്കുന്നു. ചക്രങ്ങൾ എല്ലാ മനുഷ്യരിലും പ്രാവർത്തികമെങ്കിലും ആദ്ധ്യാത്മികത കൂടുതലായി വളർത്തുന്നവരിൽ അത് കൂടുതൽ ഓജസ്സേറ്റുകയും മഹത്തായ ഊർജ്ജത്തെ വഴിതിരിച്ചുവിടാൻ പ്രാപ്തരാക്കുകയും ചെയ്യുന്നു.

ശരീരത്തിന്റെ പ്രത്യേകസ്ഥാനങ്ങളിലായി പ്രവർത്തിക്കുന്ന ദോഷങ്ങളെ[5] ആ മണ്ഡലത്തിലുള്ള ശക്തികൾ സ്വാധീനിക്കും. ആയുർവ്വേദഗ്രന്ഥങ്ങളിൽ പറയുന്ന മൂന്ന് പ്രധാന ജീവശാസ്ത്രപരമായ ശക്തികൾ വാതം, പിത്തം, കഫം എന്നറിയപ്പെടുന്നു. അങ്ങനെ നോക്കുമ്പോൾ വാതദോഷത്തിന്റെ കീഴിൽ വരുന്ന ഇനങ്ങളെക്കുറിച്ചും വിശദമായി മനസ്സിലാക്കേണ്ടതാവശ്യമാണെന്നതിന് കാരണം അത് ആർത്തവം, പ്രത്യുത്പ്പാദനപ്രവർത്തനം എന്നീ മേഖലകളിൽ പ്രാധാന്യമർഹിക്കുന്നതിനാലാണ്.

ശരീരത്തിനകത്തെ പലതരം പ്രവർത്തനങ്ങളെ ക്രമീകരിക്കാനും, നിയന്ത്രിക്കാനും സഹായിക്കുന്നു.

5 ദോഷങ്ങൾ- ആയുർവ്വേദം പ്രധാനമായും മൂന്നുദോഷങ്ങളെ (ദുർഗ്രഹമായ, ജീവശാസ്ത്രപരമായ ശക്തികൾ) അംഗീകരിയ്ക്കുന്നുണ്ട്. ശരീരത്തിനകത്തെ എല്ലാത്തരം പ്രവർത്തനങ്ങളിലും പ്രഭാവം ചെലുത്തുന്ന അവയാണ് വാതദോഷം, പിത്തദോഷം, കഫദോഷം എന്നിവ.

വാതദോഷം ശരീരത്തിലെ ശ്വാസോച്ഛ്വാസചലനങ്ങൾ, ദഹനേന്ദ്രിയങ്ങൾക്കുള്ളിലെ ഭക്ഷണത്തിന്റെ ചലനം, വിസർജ്ജ്യത്തെ പുറംതള്ളൽ, ആർത്തവരക്തത്തെ പുറത്തേയ്ക്കൊഴുക്കൽ, ജന്മം നൽകലെന്ന പ്രവർത്തനം തുടങ്ങി ശരീരത്തിലെ എല്ലാത്തരം ചലനങ്ങളേയും നിയന്ത്രിക്കുന്നു. വാതദോഷത്തിന്റെ അഞ്ച് ഉപവിഭാഗങ്ങളാണ് പ്രാണവായു, ഉദാനവായു, വ്യാനവായു, സമാനവായു, അപാനവായു എന്നിവ. ശരീരത്തിനകത്തുള്ള അവയുടെ ദിശകളും പ്രവർത്തനപഥങ്ങളും ചിത്രം 5ൽ കാണിച്ചിരിക്കുന്നു. ഇവയോരോന്നും ഒരുപ്രത്യേകചക്രത്തോട് ചേർന്നു പ്രവർത്തിക്കുകയും അവയാൽ പ്രഭാവിതരാകുകയും ചെയ്യുന്നു. അതനുസരിച്ച് ദോഷങ്ങൾ അവർ കൈകാര്യം ചെയ്യുന്ന പല പ്രവർത്തനങ്ങളിലും പ്രഭാവം ചെലുത്തുന്നു.

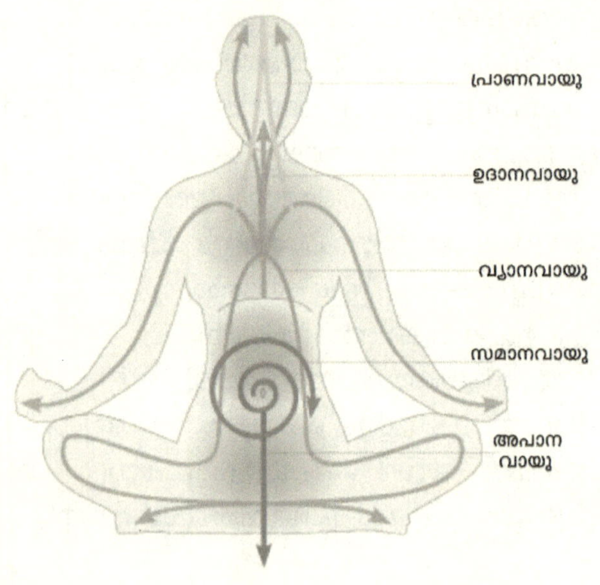

ചിത്രം 5. വാതദോഷത്തിന്റെ കീഴിലെ തരങ്ങൾ

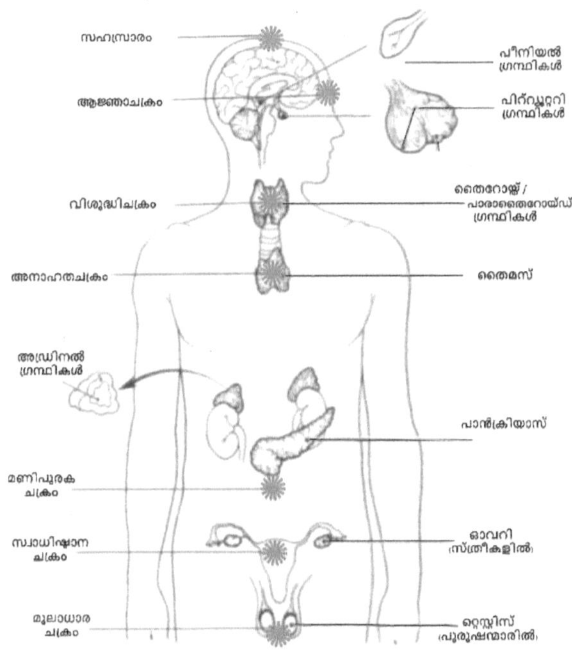

ചിത്രം.6 ചക്രങ്ങളും എൻഡോക്രൈൻ ഗ്രന്ഥികളും

ശരീരത്തിനകത്തുള്ള നൂറിലേറെ ചക്രങ്ങളിൽ ഏറ്റവും പ്രധാനപ്പെട്ടവയായ ആറുചക്രങ്ങൾ (ഷഡ്ചക്രങ്ങൾ) നട്ടെല്ലിലൂടെ കടന്നുപോകുന്നു. അക്കാരണത്താൽ ഇവയിലാണ് നമുക്ക് ശ്രദ്ധ ചെലുത്തുവാൻ കഴിയുന്നത്. ഓരോ ചക്രവും യോഗ കൊണ്ടോ, നിർദ്ദിഷ്ടമായ മന്ത്രോച്ചാരണങ്ങൾ കൊണ്ടോ, സ്തോത്രം ചൊല്ലലുകൾ കൊണ്ടോ അല്ലെങ്കിൽ ഏതെങ്കിലും പ്രത്യേകചക്രത്തെയോ ഒരു കൂട്ടം ചക്രങ്ങളേയോ ഉത്തേജിപ്പിക്കുംവിധം പ്രതിഷ്ഠിക്കപ്പെട്ട വെറും ക്ഷേത്ര സന്ദർശനങ്ങൾ കൊണ്ടോ ഉത്തേജിപ്പിക്കാം.

ഷഡ്ചക്രങ്ങൾ അല്ലെങ്കിൽ[6] ആറ് ചക്രങ്ങൾ, അവയുടെ ഗുണസവിശേഷതകൾ, അവ സ്വാധീനം ചെലുത്തുന്ന പ്രവർത്തന മണ്ഡലങ്ങൾ എന്നിവ താഴെക്കൊടുക്കുന്നു:

1. മൂലാധാര ചക്രം

മൂലം എന്നാൽ വേര് എന്നും ആധാരമെന്നാൽ അടിസ്ഥാനം എന്നുമാണർത്ഥം. മൂലാധാരമെന്നാൽ നമ്മുടെ നിലനിൽപ്പിന്റെ

---

6 ദ സെർപ്പെൻറ്റ് പവർ - ആർതർ ആവലോൺ (സർ ജോൺ വുഡ്രൂഫ്), ആൻഡ് ഷഡ്ചക്രനിരൂപണ - സ്വാമി പൂർണ്ണാനന്ദ

വേര്. ഏറ്റവും ആദ്യത്തേയും താഴത്തേയും ചക്രമായ ഇത് സ്ഥിതിചെയ്യുന്നത് നട്ടെല്ലിന്റെ അസ്ഥിവാരത്തിലാണ്.

സ്ഥാനം: ജനനേന്ദ്രിയത്തിന് താഴെയായി മലദ്വാരത്തിന് മുകളിലുള്ള സ്ഥലത്തായി ഇത് സ്ഥിതിചെയ്യുന്നു.

നാഡീവ്യൂഹം: മൂലാധാരചക്രം ഗുദാസ്ഥിനാഡീവ്യൂഹവുമായി യോജിച്ച് ഗുദാസ്ഥി എന്നുവിളിക്കപ്പെടുന്ന ഭാഗത്തെ സേവിക്കുന്നു. (നട്ടെല്ലിന്റെ ഏറ്റവും അടിയിൽ സ്ഥിതിചെയ്യുന്ന ഇത് വാൽഎല്ല് എന്നും വിളിക്കപ്പെടുന്നു).

ഗ്രന്ഥി: പ്രത്യുത്പ്പാദനഗ്രന്ഥികൾ അല്ലെങ്കിൽ ബീജഗ്രന്ഥി.

ദോഷം: അപാനവായു

പഞ്ചഭൂതം: പൃഥ്വി (ഭൂമി)

സ്വാധീനം: മൂലാധാരം സദൃശമായിരിക്കുന്നത് മൌലികമായ ജന്മവാസനകളോടും അതിജീവനത്തിന്റെ നടപടിക്രമങ്ങളോടുമാണ്. മൂലാധാരചക്രം സജീവമല്ലാതെയോ ഊർജ്ജസ്വലത കുറഞ്ഞതാകയോ വന്നാൽ അടിസ്ഥാനപരമായ ജീവിതനടപടിക്രമങ്ങളെ അത് ബാധിക്കുന്നു. അതിനാൽ പേടി, അരക്ഷിതാവസ്ഥാ, വിശ്വാസമില്ലായ്മ,

ജീവസന്ധാരണത്തിനായുള്ള ദൈനന്ദിന കഷ്ടപ്പാടുകൾ എന്നീ വികാരങ്ങൾ വേണ്ടുംവിധം ഊർജ്ജസ്വലമല്ലാത്ത മൂലാധാരചക്രത്തിനോട് ബന്ധപ്പെട്ടവയാണ്. ജനങ്ങൾ പ്രധാനമായും മൂലാധാര ചക്രത്തിനോട് ബന്ധപ്പെട്ട് പ്രവർത്തിക്കുമ്പോൾ അവരുടെ ജീവിതത്തിലെ മുൻഗണന പ്രധാനമായും ഭക്ഷണം, പാർപ്പിടം, ലൈംഗികതാൽപ്പര്യങ്ങൾ എന്നിവയെച്ചുറ്റിപ്പറ്റിയാകും. മൂലാധാരചക്രം മുഴുവനായും ഉത്തേജിക്കപ്പെടുമ്പോൾ അതിജീവനത്തിനായുള്ള സംഘർഷം കുറയുകയും ജനങ്ങൾക്ക് കൂടുതൽ ഉയർന്ന തലങ്ങളിലേയ്ക്ക് യാത്ര തുടരാനാകുകയും ചെയ്യുന്നു. കലിയുഗത്തിൽ കൂടുതൽ മനുഷ്യരും മൂലാധാരചക്രത്തിനോട് ചേർന്ന് പ്രവർത്തിക്കുന്നതിനാൽ അടിസ്ഥാനപരമായ അതിജീവനത്തിനുമപ്പുറം അവരെ കൊണ്ടെത്തിക്കുവാൻ ഈ ചക്രത്തെ ശക്തിപ്പെടുത്തേണ്ടത് വളരെ അത്യാവശ്യം തന്നെയാണ്.

ക്ഷേത്രങ്ങൾ: ഗ്രാമദേവതകൾക്കായി (ഗ്രാമ കുലദേവത) സമർപ്പിക്കപ്പെട്ടതായ ഗ്രാമങ്ങളിലെ പല ക്ഷേത്രങ്ങളും മൂലാധാരചക്രത്തെ ചൈതന്യവത്താക്കുംവിധം പ്രതിഷ്ഠിക്കപ്പെട്ട് ജനങ്ങൾക്ക് സംരക്ഷണബോധവും

നിരാകുലത്വവും പ്രദാനം ചെയ്യുന്നു. ഇത്തരം ക്ഷേത്രങ്ങളിലെ ദേവത പലപ്പോഴും ഭീഷണമായ ആകൃതിയോടെയോ അല്ലെങ്കിൽ ആയുധമേന്തി നിൽക്കുന്ന യുദ്ധസന്നദ്ധനായ പോരാളിയുടെ ഭാവത്തിലോ ആയിരിക്കും. അത്തരം ദേവതകൾ ജനങ്ങൾ താമസിക്കുന്ന ഗ്രാമത്തിന്റെ / നഗരത്തിന്റെ പുറത്തേയ്ക്ക് അഭിമുഖീകരിക്കും വിധം, ജനങ്ങൾക്ക് പുറത്തുനിന്നുമുള്ള ശത്രുക്കളിൽ നിന്നും സുരക്ഷയേകും വിധം സ്ഥിതിചെയ്യുന്നു. ഇത്തരം ക്ഷേത്രങ്ങൾ മൂലാധാരചക്രത്തെ ചൈതന്യവത്തും സമതുലിതവുമാക്കി സ്ഥായിത്വം, ക്ഷേമം, ഒത്തൊരുമ എന്നിവ പ്രദാനം ചെയ്യുന്നു.

2. സ്വാധിഷ്ഠാനചക്രം

സ്വ എന്നാൽ സത്ത, അധിഷ്ഠാനം എന്നാൽ ഇരിപ്പിടം. സ്വാധിഷ്ഠാനം സൂചിപ്പിക്കുന്നത് പരമമായ സത്തയുടെ ഇരിപ്പിടം. ഇവിടെയാണ് അനാദിയായ സ്ത്രൈണ ശക്തി കുടികൊള്ളുന്നത്. നട്ടെല്ലിന്റെ അടിഭാഗത്തു നിന്നു മുകളിലേക്ക് വരുന്ന രണ്ടാമത്തെ ചക്രമാണിത്.

സ്ഥാനം: ജനനേന്ദ്രിയമൂലങ്ങൾ

നാഡീവ്യൂഹം: സ്വാധിഷ്ഠാനചക്രം ചേർന്നു പ്രവർത്തിക്കുന്ന ത്രികാസ്ഥി അഥവാ പൂണെല്ല് ഉയരുന്നത് പൃഷ്ഠഭാഗത്തിനു താഴെയായാണ്. പൂണെല്ല് / ത്രികാസ്ഥിനാഡീവ്യൂഹം വസ്തിപ്രദേശം, തുട, കാൽമുട്ട്, കാൽവണ്ണ, കാലടി എന്നീ ഭാഗങ്ങൾക്ക് ചലനശക്തിയും ബോധശക്തിയും നൽകുന്ന നാഡികളാണ്.

ഗ്രന്ഥി: സ്ത്രീകളിൽ അണ്ഡാശയവും പുരുഷന്മാരിൽ വൃഷണവും.

ദോഷം: അപാനവായു

പഞ്ചഭൂതം: വരുണൻ (വെള്ളം)

സ്വാധീനം: സ്വാധിഷ്ഠാനചക്രത്തിന്റെ പ്രവർത്തികൾ മൂലധാരചക്രത്തിന്റെ പ്രവർത്തികളുമായി വളരെ അടുത്ത് സഹവർത്തിക്കുന്നു. മൂലാധാരം പ്രധാനമായും അടിസ്ഥാനപരമായ നിലനിൽപ്പിന് വേണ്ടിയാണെങ്കിൽ, സ്വാധിഷ്ഠാനം പ്രധാനമായും പ്രജനന കഴിവുകളോട് ബന്ധപ്പെട്ടതാണ്. അതിനെ വേണ്ടവിധം ഉത്തേജിപ്പിച്ചില്ലെങ്കിൽ അത് സ്ത്രീകളിൽ ഗർഭാശയത്തിന്റെ പ്രവർത്തനങ്ങളെ ബാധിക്കുകയും ആർത്തവപരമായതും പ്രജനനപരമായതുമായ ആരോഗ്യപ്രശ്നങ്ങൾക്ക് കാരണമാകുകയും ചെയ്യുന്നു. ആർത്തവരക്തത്തിന്റെ താഴോട്ടുള്ള

ഒഴുക്കിനേയും പ്രസവമെന്ന പ്രക്രിയയേയും നിയന്ത്രിക്കുന്ന അപാനവായുവിന്റെ കീഴോട്ടുള്ള ശരിയായവിധത്തിലുള്ള പ്രവർത്തനത്തിന് മൂലാധാരചക്രവും സ്വാധിഷ്ഠാനചക്രവും ഒഴിച്ചുകൂടാനാകാത്തതാണ്. അപാനവായുവിന്റെ ഏതെങ്കിലും തരത്തിലുള്ള ദിശാമാറ്റങ്ങൾ അഥവാ തടസ്സങ്ങൾ സ്ത്രീകളിൽ ആർത്തവബന്ധമായുള്ളതും പ്രത്യുദ്പ്പാദനപരവുമായ തകരാറുകൾക്ക് കാരണമായിത്തീരാം.

ക്ഷേത്രങ്ങൾ: പുഷ്ക്കലത്വ (അവന്ധ്യത) വുമായി ബന്ധപ്പെട്ട ദേവീക്ഷേത്രങ്ങൾ സ്വാധിഷ്ഠാനചക്രത്തെ ഊർജ്ജസ്വലമാക്കുന്നതിനും അപാനവായുവിന് എന്തെങ്കിലും തകരാറുകൾ ഉണ്ടെങ്കിൽ അതിനെ ക്രമീകരിക്കുന്നതിനും അങ്ങനെ വന്ധ്യത, പ്രജനനത്തോട് ബന്ധപ്പെട്ട മറ്റ് ആരോഗ്യപ്രശ്നങ്ങൾ എന്നിവ നീക്കം ചെയ്യുന്നതിനും ഉദാഹരണങ്ങളാണ്. അത്തരം ക്ഷേത്രങ്ങൾ പലപ്പോഴും നല്ല ആരോഗ്യം, സഫലത, ക്ഷേമം എന്നിവ ഉറപ്പുവരുത്തുന്നതിനായുള്ള പ്രവർത്തനവുമായി ബന്ധപ്പെട്ടിരിക്കും.

3. മണിപുരചക്രം

മണി എന്നാൽ വിലപിടിച്ച രത്നം, പുര എന്ന പദം കൊണ്ടുദ്ദേശിക്കുന്നത് ഒരു ഭൂവിഭാഗത്തെയോ നഗരത്തെയോ ആണ്. അതുകൊണ്ട് മണിപുര വിലപിടിച്ച രത്നങ്ങളുടെ നാട് എന്ന അർത്ഥത്തിൽ സമ്പത്തിനേയും സമൃദ്ധിയേയും ചൂണ്ടിക്കാട്ടുന്നു. ഇത് നട്ടെല്ലിന്നടിയിൽ നിന്നും മുകളിലോട്ടുള്ള മൂന്നാമത്തെ ചക്രമാണ്.

സ്ഥാനം: ഇത് നാഭിയുടെ മൂലം അല്ലെങ്കിൽ അടിത്തറയിൽ സ്ഥിതി ചെയ്യുന്നു.

നാഡീവ്യൂഹം: മണിപുര ചക്രം ഉദരത്തിൽ ഞരമ്പുകൾ പുറപ്പെടുന്ന വികിരണ രശ്മീവ്യൂഹവുമായി ചേർന്നു പ്രവർത്തിക്കുന്നു.

ഗ്രന്ഥി: അഡ്രനാൽ ഗ്രന്ഥിയും പാങ്ക്രിയാസും

ദോഷം: സമാനവായു

പഞ്ചഭൂതം: അഗ്നി(തീ)

സ്വാധീനം: മണിപുരചക്രം ദഹനത്തെയും ദഹനപ്രക്രിയകളെയും നിയന്ത്രിക്കുന്നു. മണിപുരചക്രത്തിനെ ഊർജ്ജിതമാക്കുമ്പോൾ അഗ്നിവർദ്ധകമായ പിത്തം, ഭക്ഷണത്തിന്റെ ഭൌതികമായ ദഹനം മാത്രമല്ല, ലൌകികമായ

ലക്ഷ്യങ്ങൾ നേടുന്നതിനുള്ള ബൌധികവും വൈകാരികവുമായ അഗ്നിയെക്കൂടി ജ്വലിപ്പിക്കാൻ ശക്തിയേകുന്നു. ഈ ചക്രം ദഹനത്തേയും ഭക്ഷണത്തിന്റെ ആഗിരണത്തേയും ക്രമീകരിക്കുന്ന സമാനവായുവിനേയും നിയന്ത്രിക്കുന്നു. ഈ ചക്രത്തിൽ ഊർജ്ജിതരായവർക്ക് പലപ്പോഴും വളരെ ഉത്സാഹവും തീവ്രോൽക്കർഷേച്ഛയും ഉള്ള വ്യക്തിത്വം ഉണ്ടായേയ്ക്കാം. ഈ ചക്രം ലൌകികകാര്യങ്ങളിൽ ത്വരയും നന്നായി മുന്നേറുന്നതിനുള്ള തീവ്രമായ ഉത്ക്കർഷേച്ഛയും നൽകുന്നു.

ക്ഷേത്രങ്ങൾ: മണിപുരചക്രത്തിന് ഊർജ്ജമേറ്റുന്ന ക്ഷേത്രങ്ങൾ ഭക്തന്മാർക്ക് പ്രവൃത്തിമാർഗ്ഗത്തിൽ ലൌകികമായ മോഹങ്ങൾ നിറവേറ്റി ഭൌതികമായ ലക്ഷ്യങ്ങൾ കൈവരിക്കുന്നതിനുള്ള അഗ്നിയുടെ സജ്ജീകരണമൊരുക്കുന്നു. ഇത്തരം ക്ഷേത്രങ്ങളിൽ അഗ്നിയുടെ മൂലധാതു ശക്തിയേറിയതാണ്. ആധ്യാത്മികമാർഗ്ഗങ്ങളിൽ സഞ്ചരിക്കുന്നവർക്ക് മണിപുരചക്രം പരിത്യാഗത്തിന്റെ പാതയുടെ തുടക്കമാണ്. ആസ്സാമിലെ ഗൌഹട്ടിയിലെ ഉമാനന്ദ ക്ഷേത്രത്തിൽ ഈ ചക്രത്തിന്റെ അലൌകികമായ ഭാവം നമുക്ക് അനുഭവിക്കാനാകും.

4. അനാഹതചക്രം

അനാഹത എന്നാൽ ആഹനിക്കപ്പെടാത്ത, അകൃത്രിമമായ ശബ്ദം. അതായത് രണ്ടുവസ്തുക്കൾ തമ്മിൽ കൂട്ടിമുട്ടുമ്പോൾ ഉണ്ടാകാതെ പോകുന്ന ശബ്ദം.

സ്ഥാനം: ഇത് ഹൃദയഭാഗത്ത് സ്ഥിതിചെയ്യുന്നു.

നാഡീവ്യൂഹം: അനാഹതചക്രം ഹൃദയനാഡീവ്യൂഹങ്ങൾക്ക് സദൃശമായിരിക്കുന്നു.

ഗ്രന്ഥി: തൈമസ് ഗ്രന്ഥികൾ

ദോഷം: വ്യാനവായു

പഞ്ചഭൂതം: വായു (കാറ്റ്)

സ്വാധീനം: അനാഹതചക്രത്തിനെ ഉത്തേജിപ്പിക്കുമ്പോൾ അത് വ്യക്തിയെ വെറും സുഖലോലുപനാകാതെ കുറച്ചുകൂടി ഉയർന്ന ആർദ്രചിത്തത ഉൾക്കൊള്ളുന്ന ജീവിതം നയിക്കാൻ പ്രേരിപ്പിക്കുന്നു. ഭയത്തെ ദൂരീകരിക്കാനും ഇത് സഹായിക്കുന്നു. ഈ ചക്രം സജീവമാകുമ്പോൾ ദയവു കാണിക്കലും കാരുണ്യപ്രവാഹവും അനായാസമായി മാറുന്നു. അനാഹതചക്രം ശരീരത്തിലെ മറ്റു വായുക്കളുടെ ചംക്രമണവും സമതുലിതാവസ്ഥയും നിലനിർത്തുന്നതിന്

ചുമതലയുള്ളതായി മാറുന്ന വ്യാനവായുവിനെ സ്വാധീനിക്കുന്നു.

ക്ഷേത്രങ്ങൾ: അനാഹതവായുവിനെ ഉണർത്തുന്ന അമ്പലങ്ങൾ ഭയത്തെ നീക്കുന്നതിനും ആഗ്രഹങ്ങളെ നിറവേറ്റുന്നതിനുമുള്ള ശക്തികേന്ദ്രങ്ങളാണ്. ഭദ്രകാളിയുടേയും ദുർഗ്ഗയുടേയും പല ക്ഷേത്രങ്ങളും അനാഹതചക്രത്തെ ഉണർത്തുകയും ഭയകാരണനാശം ചെയ്ത് ഭക്തരുടെ ആഗ്രഹപൂർത്തി നിറവേറ്റുകയും ചെയ്യുന്നു.

5. വിശുദ്ധിചക്രം

വിശുദ്ധി എന്നാൽ നിർമ്മലമായത് അഥവാ ഒരു ശുദ്ധീകരിക്കുന്ന അരിപ്പ.

സ്ഥലം: ഇത് സ്ഥിതിചെയ്യുന്നത് കഴുത്തിന്റെ ഭാഗത്ത് കണ്ഠമൂലത്തിലാണ്.

നാഡീവ്യൂഹം: കഴുത്ത്, തല, ചുമലുകൾ എന്നീ ഭാഗങ്ങളെ ഭരിക്കുന്ന നാഡീവ്യൂഹവുമായി ഇത് ബന്ധപ്പെട്ടിരിക്കുന്നു. കണ്ഠനാളം, ശബ്ദനാളം എന്നീ ഭാഗങ്ങളേയും ഇവ ഭരിക്കുന്നതിനാൽ ഇത് അന്നനാളസംബന്ധവും കൃകവീക്കസംബന്ധിയുമായ നാഡീവ്യൂഹങ്ങൾ കൂടിയാണ്.

നാഡീവ്യൂഹം: തൈറോയ്ഡ്, പാരാതൈറോയ്ഡ് ഗ്രന്ഥികൾ.

ദോഷം: ഉദാനവായു

പഞ്ചഭൂതം: ആകാശം (ശൂന്യാകാശം / സൂക്ഷ്മാകാശം)

സ്വാധീനം: ഭൌതികമായ തലത്തിൽ വിശുദ്ധിചക്രത്തിൻറെ ത്വരിതപ്പെടുത്തൽ തൈറോയ്ഡ് ഗ്ലാൻഡിൻറെയും തൊണ്ടഭാഗത്തിൻറെയും പ്രശ്നങ്ങളെ പരിഹരിക്കുവാൻ സഹായിക്കുന്നു. മെച്ചപ്പെട്ട സംഭാഷണരീതി, ഉച്ചാരണം, സർഗ്ഗവൈഭവം എന്നിവ ഈ ചക്രത്തോട് ബന്ധപ്പെട്ടവയാണ്. വിശുദ്ധി ചക്രം ഉച്ഛ്വാസത്തിനും, സംഭാഷണത്തിനും ഉത്തരവാദിത്വമുള്ള ഉദാനവായുവിനെ സ്വാധീനിക്കുന്നു.

ക്ഷേത്രങ്ങൾ: മഹത്തായ മുക്തിയിലേക്കുള്ള പ്രവേശനകവാടമാണ് വിശുദ്ധിചക്രത്താൽ ഉത്തേജിക്കപ്പെട്ട ക്ഷേത്രങ്ങൾ. ഒരിക്കൽ ഈ ചക്രം ഉത്തേജിതമായാൽ വീണ്ടുമൊരു തിരിച്ചുപോക്കിനിടയില്ലാതെ മുക്തിയിലേക്കുള്ള വഴി വിരിക്കപ്പെടുന്നു. ആന്ധ്രാപ്രദേശിലെ ശ്രീകാളഹസ്തി ക്ഷേത്രം വളരെ ജനസമ്മതി നേടിയ ശക്തവിശുദ്ധിക്ഷേത്രമാണ്.

6. ആജ്ഞാചക്രം

ആജ്ഞ എന്നാൽ കൽപ്പന നൽകൽ. ആജ്ഞാചക്രം ഉത്തേജിതമായ ഒരാൾക്ക് തന്റെ ചിത്തത്തിന് മുകളിൽ ആധിപത്യമുണ്ടാകുന്നു.

സ്ഥാനം: മൂന്നാം കണ്ണ് എന്ന് കൂടി വിളിയ്ക്കപ്പെടുന്ന ഇത് സ്ഥിതി ചെയ്യുന്നത് നെറ്റിയിൽ പുരികങ്ങൾക്ക് മധ്യത്തിലായാണ്.

നാഡീവ്യൂഹം: കരോട്ടിഡ് / കവേർണസ് നാഡീവ്യൂഹങ്ങളുമായാണ് ഇത് ചേർന്നു പ്രവർത്തിക്കുന്നത്.

ഗ്രന്ഥി: പിറ്റ്യൂറ്ററി ഗ്ലാൻഡ്, ഹൈപ്പോതലാമസ്സ്

ദോഷം: പ്രാണ വായു

പഞ്ചഭൂതം: ആകാശം (ശൂന്യാകാശം / സൂക്ഷ്മാകാശം)

സ്വാധീനം: ഭൌതികമായി പിറ്റ്യൂറ്ററി ഗ്ലാൻഡും ഹൈപ്പൊതലാമസ്സും എൻഡോക്രൈൻ ഗ്ലാൻഡുകളുടെ ആജ്ഞാകേന്ദ്രങ്ങളാണ്. അതുകൊണ്ട് ഈ ഗ്രന്ഥിയെ ഉത്തേജിപ്പിക്കുന്നത് വളർച്ചയുടെയും പ്രത്യുത്പ്പാദനത്തിന്റെയുമടക്കം എല്ലാ ഹോർമോണുകളും വേണ്ടുംവിധത്തിൽ പ്രവർത്തിക്കുന്നതിനായി അത്യാവശ്യമാണ്. ഈ ചക്രം നിഷ്ക്രിയമായാൽ ഈ ഗ്രന്ഥികളോട് അനുബന്ധമായ പ്രവർത്തനങ്ങളെ ബാധിക്കും.

ആദ്ധ്യാത്മികമായ നിലയിൽ ആജ്ഞാചക്രത്തിന്റെ ഉത്തേജനം ഈശ്വരനുമായുള്ള ആദ്ധ്യാത്മികമായ ഒന്നിച്ചുചേരലിനു അടുക്കാൻ ഭക്തരെ സഹായിക്കുന്നു. ആജ്ഞാചക്രം ശ്വാസോച്ഛ്വാസത്തിനും ഭക്ഷണം തൊണ്ടയിലൂടെ ഇറക്കുന്നതിനും ചുമതലയുള്ള പ്രാണവായുവിനെ സ്വാധീനിക്കുന്നു.

ക്ഷേത്രങ്ങൾ: ആജ്ഞാചക്രത്തെ ഊർജ്ജിതമാക്കുന്ന ക്ഷേത്രങ്ങൾ പിറ്റ്യൂറ്ററി ഗ്രന്ഥിയെ ഉത്തേജിപ്പിക്കുകയും ഭൗതികമായനിലയിൽ പ്രവർത്തിപ്പിക്കുകയും ചെയ്യുന്നു. ശബരിമല പോലുള്ള വളരെ ജനകീയമായ ക്ഷേത്രങ്ങളും മറ്റുപല ശൈവക്ഷേത്രങ്ങളും ആജ്ഞാചക്രത്തെ ഉത്തേജിപ്പിച്ച് ഭക്തരെ ആധ്യാത്മിക മാർഗ്ഗത്തിൽ സഹായിക്കുന്നു.

സഹസ്രാരയെക്കുറിച്ച് ഞാൻ വിശദമായി എഴുതിയിട്ടില്ല. കാരണം ജ്ഞാനോദയം കൈവരിക്കുന്ന ശ്രമത്തിൽ അതിന്റെ പങ്ക് അത് അനുഭവിക്കുന്ന ആൾക്കുമാത്രമേ ശരിയായി മനസ്സിലാക്കാനാകൂ. നീണ്ടുനിൽക്കുന്ന, നിരന്തരമായ യോഗാഭ്യാസങ്ങളിലൂടെ വളരെ ബുദ്ധിമുട്ടി മാത്രമേ അത് നേടാനാകൂ.

സൃഷ്ടി എന്നാൽ പരമമായ ഏകത്വത്തെ പലതായി കാണിക്കുന്നതിന്റെ പരിണതഫലമാണ്. ബോധോദയം എന്ന പ്രക്രിയ ഞാനും നീയുമടങ്ങുന്ന വൈയക്തികമായ സൃഷ്ടിയുടെ കഷ്ണങ്ങളായ നാം ഒരു വലിയ പൂർണ്ണതയുടെ ഭാഗമാണെന്നു മനസ്സിലാക്കി ആ പൂർണ്ണതയിലേയ്ക്ക് മടങ്ങിച്ചെല്ലാൻ കഴിയലാണ്. ആ പരമമായ ഒന്നിനെ ശിവൻ എന്നുവിളിക്കുന്നു, അദ്ദേഹം സഹസ്രാരത്തിൽ വസിക്കുന്നു, സൃഷ്ടിയ്ക്കായുള്ള അദ്ദേഹത്തിന്റെ കരുത്തിനെ ശക്തി എന്നുവിളിക്കുന്നു, അവൾ മൂലാധാരത്തിൽ വസിക്കുന്നു. കുണ്ഡലിനിയെയുയർത്തി ശിവന്റേയും ശക്തിയുടേയും ഒന്നാകൽ ഉണ്ടാകുമ്പോൾ അത് ആത്യന്തികമായ പ്രാപഞ്ചികമായ ഒന്നിലേക്കുള്ള ലയനം അഥവ മോക്ഷം ആയി മാറുന്നു.

പ്രത്യേക ചക്രങ്ങളിൽ പ്രവർത്തിക്കുന്ന ക്ഷേത്രങ്ങളുണ്ടെങ്കിലും, നിരവധി ക്ഷേത്രങ്ങൾ ചക്രങ്ങളുടെ സംയോജനത്തിലാണ് പ്രവർത്തിക്കുന്നത് എന്നത് ശ്രദ്ധിക്കേണ്ടതാണ്. ഭക്തരുടെ പ്രകൃതമനുസരിച്ച് അവനോ/അവൾക്കോ ഏതെങ്കിലും പ്രത്യേക ചക്രങ്ങളിൽ കൂടുതലായ പ്രവർത്തനങ്ങൾ അനുഭവപ്പെടാം.

ചക്രങ്ങളുടെ ശാസ്ത്രങ്ങളല്ലാതെ ഓരോ ക്ഷേത്രത്തേയും വ്യത്യസ്തമാക്കുന്ന മറ്റൊരു വസ്തുത പ്രാണപ്രതിഷ്ഠയുടെ അതുല്യമായ പ്രക്രിയയാണ്. പ്രാണപ്രതിഷ്ഠയെന്നാൽ ആരാധനാമൂർത്തിയുടെ ബിംബത്തിലേയ്ക്ക് തന്ത്രി ജീവനും ചൈതന്യവും പകർന്ന് വിഗ്രഹമാക്കി മാറ്റുന്ന പ്രക്രിയയാണ്. ഒരു ക്ഷേത്രത്തിലെ ചൈതന്യത്തിന്റെ പ്രത്യേകതയാണ് അത് മനുഷ്യർക്കുമേൽ എപ്രകാരം പ്രഭാവം ചെലുത്തുമെന്ന് നിർണ്ണയിക്കുന്നത്.

അമ്പലത്തിന്റെ ശിൽപ്പശാസ്ത്രവും അവിടത്തെ ചൈതന്യത്തെ നിലനിർത്താനും ഭക്തരിലേക്ക് പ്രവഹിപ്പിക്കാനും സഹായിക്കുന്നു. ആരാധനാമൂർത്തി ഒരുപോലെയാണെങ്കിലും, ഓരോ ക്ഷേത്രത്തിനും വ്യത്യസ്തമായ ചൈതന്യം ഉണ്ടായിരിക്കുമെന്നതാണ് രസകരമായ ഒരു വസ്തുത. ശബരിമലയോട് ബന്ധപ്പെട്ട ഷഡ്ചക്രക്ഷേത്രങ്ങളിലും നാം കാണുന്നത് ഇതാണ്.

ക്ഷേത്രത്തിന്റെ പ്രാണപ്രതിഷ്ഠ നടക്കുമ്പോൾ ഉള്ള ക്ഷേത്രംതന്ത്രിക്കു മാത്രമേ അദ്ദേഹം അവിടെ എന്തു പ്രതിഷ്ഠിച്ചെന്ന് പറയാനാകൂ. വിഗ്രഹപ്രതിഷ്ഠയിലുള്ള സങ്കൽപ്പത്തിന് അനുസരിച്ചാണ് പൂജാപദ്ധതി ക്രമീകരിക്കുന്നത്. ക്ഷേത്രത്തിനോടനുബന്ധിച്ച കഥകളിലൂടെ

സരളമായ വിധത്തിൽ ഭക്തരിലേക്കിവ വ്യാഖ്യാനിച്ചുപകർന്ന് പൂജാവിധികൾ നടത്തി ചൈതന്യത്തെ നിലനിർത്തുന്നു.

മോക്ഷത്തിന്റെ ശരീരശാസ്ത്രം

എല്ലാതരം ആത്മീയമായ ആചാരങ്ങളും ഉന്നംവയ്ക്കുന്നത് മൂലാധാരചക്രത്തിൽ നട്ടെല്ലിന്റെ അടിഭാഗത്ത് ചുരുണ്ടുകൂടിക്കിടക്കുന്ന കുണ്ഡലിനിയെ പീനൽഗ്രന്ഥിയിൽ തലച്ചോറിനുമുകളിലായി സഹസ്രാരചക്രത്തിലേക്ക് ഉയർത്താനാണ്. ഇതാണു മോക്ഷത്തിലേയ്ക്കുള്ള പ്രയാണത്തിലെ ഭൌതികമായ പ്രഭാവം. കുണ്ഡലിനിയെ മൂലാധാരചക്രത്തിൽ ഒതുങ്ങിക്കൂടിക്കിടക്കുന്ന ഒരുതരത്തിൽ ചുരുണ്ടുകൂടിക്കിടക്കുന്ന ശക്തിയായി കണക്കാക്കുന്നു. അതുകൊണ്ടാണ് ചുരുണ്ടുകൂടിക്കിടക്കുന്ന പാമ്പുമായുള്ള ബന്ധം. ഒരിക്കൽ അതിനെ ഉണർത്തിയാൽ അത് ഉയർന്ന് ഓരോ ചക്രത്തേയും തുളച്ച് മുകളിലേയ്ക്ക് കയറും. ചക്രങ്ങളിലൂടെ കുണ്ഡലിനി മേലോട്ടുയരുമ്പോൾ ശീലിക്കുന്നയാൾക്ക് അതാത് ചക്രങ്ങൾക്ക് അനുസൃതമായ വിവിധങ്ങളായ കഴിവുകളുടെ വിശ്വരൂപം ഭൌതികമായും ആത്മീയമായും അനുഭവിക്കാനാകുന്നു.

അങ്ങനെ ആഗമശാസ്ത്രത്തെ അടിസ്ഥാനമാക്കിയുള്ള ഹിന്ദു ക്ഷേത്രങ്ങൾ ചക്രങ്ങളോടും, അവ മനുഷ്യമനസ്സിലും, ദേഹത്തിലും ചെലുത്തുന്ന നിഗൂഢമായ സ്വാധീനത്തോടും വളരെ അടുത്ത് ബന്ധിതമായി മനുഷ്യരുടെ ആഗ്രഹങ്ങളെ സാധിപ്പിച്ചുകൊണ്ട് തന്നെ പരമമായ മുക്തിയിലേക്ക് നയിക്കുന്നു. ഈ അടിസ്ഥാനപരമായ അറിവോടെ നമുക്ക് ഷഡ്ചക്രക്ഷേത്രങ്ങളും ശബരിമലയും തമ്മിൽ എങ്ങനെ ബന്ധപ്പെട്ടിരിക്കുന്നുവെന്ന് നോക്കാം.

അദ്ധ്യായം 2

സ്ത്രീകളും ശബരിമലയും

കുട്ടിയായിരുന്ന കാലത്ത് എല്ലാ വേനൽക്കാലത്തും സ്വദേശമായ കേരളത്തിലെ പാലക്കാട് സന്ദർശിക്കാറുള്ളത് ഓർക്കുന്നു. ആ സന്ദർശനവേളകളിൽ രണ്ടുകാര്യങ്ങളാണ് ഞാൻ മന:പാഠമാക്കിയത്. അതിലൊന്ന് ചുവന്ന കൊടിപിടിച്ച് പ്രതിഷേധിച്ച് പലപ്പോഴും ഞങ്ങളുടെ വീടിനു മുന്നിലൂടെ കടന്നുപോകുന്നവരുടെ "ഇൻകിലാബ് സിന്ദാബാദ്" എന്ന മുദ്രാവാക്യമായിരുന്നു. മറ്റൊന്ന് അയ്യപ്പഭക്തന്മാരുടെ "സ്വാമിയേ ശരണമയ്യപ്പ" എന്ന വിളികളായിരുന്നു. മറ്റാരുടേയും ശ്രദ്ധയിൽപ്പെടാതെ തലയിലൊരു ചുവന്ന തുണിക്കഷ്ണവും കെട്ടി, എന്റെ കുട്ടിത്തമിയന്ന രീതിയിൽ ഞാനും ആ മുദ്രാവാക്യം വിളിക്കാരെ അനുകരിച്ച്, വീടിനുചുറ്റും അവരെപ്പോലെ നടക്കുമായിരുന്നു. അതേ ഉത്സാഹത്തോടെ കുറെ തോർത്തുകൾ ഭാണ്ഡമാക്കി തലയിൽ വച്ച് (ഇരുമുടിക്കെട്ട് എന്ന സങ്കൽപ്പത്തിൽ) സ്വാമിയേ അയ്യപ്പ! അയ്യപ്പോ സ്വാമിയേ! എന്നുറക്കെ വിളിച്ച് വട്ടത്തിൽ നടന്നിരുന്നതും

ഓർമ്മയിലുണ്ട്. കൊച്ചുകുട്ടിയായിരുന്നപ്പോൾ ഇൻക്വിലാബ് സിന്ദാബാദ് എന്നതിന്റെ അർത്ഥം എന്താണെന്നെനിക്കു മനസ്സിലാക്കാനായിരുന്നില്ല. ഞാൻ കാത്തോലിക്കനും അയ്യപ്പൻ ഒരു ഹിന്ദുദൈവവും ആണെന്നുമുള്ള ചിന്തയും എനിക്കൊരിയ്ക്കലുമുണ്ടായില്ല. കേരളത്തിന്റേതായ ഒന്ന് എന്ന രൂപത്തിലാണ് കാണാൻ കഴിഞ്ഞത്. കേരളത്തിൽ ഈ രണ്ട് മുദ്രാവാക്യങ്ങളും കൂടിക്കലർന്നപ്പോഴുണ്ടായ അസ്വാരസ്യങ്ങളെക്കുറിച്ച് എനിക്ക് ചിന്തിക്കാൻ പോലുമാകുമായിരുന്നില്ല.

സ്വാമിയേ ശരണമയ്യപ്പ എന്ന വിളികൾ ഇപ്പോഴും എനിക്ക് രോമാഞ്ചമേകുന്നു. നമ്മെ കീഴടക്കുന്ന അയ്യപ്പസ്വാമിയുടെ ഈ വൈശിഷ്ട്യമാണ് കോടിക്കണക്കിന് ഭക്തരെ ഇപ്പോഴും ആ തീർത്ഥാടനകേന്ദ്രത്തിലേക്ക് ആകർഷിക്കുന്നത്. അതുകൊണ്ടു തന്നെ സ്ത്രീകൾക്ക് ഈ അനുഭവം എന്തുകൊണ്ട് നിഷേധിക്കപ്പെടുന്നുവെന്ന ചോദ്യം എന്നെങ്കിലും ഉണ്ടാകാമെന്നുള്ളത് തികച്ചും സ്വാഭാവികം മാത്രം. കുറച്ചുകൂടി വ്യക്തമാക്കുകയാണെങ്കിൽ എന്തുകൊണ്ടാണ് പ്രത്യുത്പ്പാദനശേഷിയുള്ള പ്രായത്തിൽ (10 മുതൽ 50 വയസ്സുവരെ) സ്ത്രീകൾ ശബരിമലയിൽ ദർശനം നടത്തുന്നതിന് നിയന്ത്രണങ്ങൾ വച്ചിട്ടുള്ളത്?

2016ന്റെ ആരംഭത്തിൽ ഒരു പ്രത്യേക കൂട്ടായ്മ സ്ത്രീ അസമത്വത്തിന്റെ കാരണങ്ങൾ ചൂണ്ടിക്കാട്ടി, ശബ്ദമുയർത്തി, നീതിന്യായക്കോടതിയോട് ഇക്കാര്യത്തിലിടപെടാനും നിയന്ത്രണങ്ങളെ നീക്കാനുമാവശ്യപ്പെട്ട് സമീപിച്ച കാലത്താണ് ഈ നിയന്ത്രണങ്ങൾക്കു പുറകിലെ കാരണവും തേടിയുള്ള എന്റെ യാത്ര തുടങ്ങിയത്. 2018ൽ സുപ്രീംകോടതി നിയന്ത്രണങ്ങളെ നീക്കം ചെയ്യുകയും പ്രത്യുത്പ്പാദനശേഷിയുള്ള പ്രായത്തിൽ (10 മുതൽ 50 വയസ്സുവരെ) ഇനിമുതൽ സ്ത്രീകൾക്ക് ശബരിമലയിൽ ദർശനം നടത്തുന്നതിന് നിയന്ത്രണം പാടില്ലെന്നും വിധി പുറപ്പെടുവിച്ചു. ഭരണത്തിലുണ്ടായിരുന്ന കമ്യൂണിസ്റ്റ് പാർട്ടി (സി പി ഐ - എം) ഒരുപടികൂടി മുന്നോട്ടെടുത്ത്, പ്രത്യേകതാൽപ്പര്യം കാണിച്ച് യഥാർത്ഥഭക്തരുടെ ആഗ്രഹങ്ങൾക്ക് എതിരായി സ്ത്രീകളെ ശബരിമലയിലേക്ക് കൊണ്ടുവരികയും ചെയ്തു. തങ്ങളുടെ ആഗ്രഹങ്ങൾക്കനുസരിച്ച് ധർമ്മത്തെ ആചരിക്കാനും പാരമ്പര്യം പിന്തുടരാനുമുള്ള അവകാശത്തിന്റെ ലംഘനമായി ഇതിനെ കണക്കാക്കിയ ഒരുപറ്റം ഭക്തരുടെ, സ്ത്രീകളായ ഭക്തരടക്കം, തുടർച്ചയായ പ്രതിഷേധപ്രകടനങ്ങൾക്കും ഇത് കാരണമായി.

ഇതിനെ അനുകൂലിച്ചും പ്രതികൂലിച്ചും ഉയർത്തപ്പെട്ട ശബ്ദങ്ങളിലധികവും രാഷ്ട്രീയപരമായ പ്രേരണയാർന്നവയായിരുന്നതിനാൽ ഉത്തരങ്ങളേക്കാൾ കൂടുതൽ ചോദ്യങ്ങളാണ് സാധാരണ സ്ത്രീകളിൽ അവശേഷിച്ചത്. എന്തുകൊണ്ടാണ് സ്ത്രീകൾക്ക് ശബരിമലയിൽ പ്രവേശനം നിഷേധിക്കപ്പെട്ടിരിക്കുന്നത് എന്നതിന്റെ യഥാർത്ഥകാരണം നമുക്കെന്തുകൊണ്ട് സ്ത്രീകൾക്ക് കൊടുക്കാനാകുന്നില്ല?

ഈ വിഷയത്തെക്കുറിച്ചുള്ള എന്റെ പഠനത്തിന്റെ ഭാഗമായി 2016ൽ ഞാൻ ശ്രീമതി ദേവിക ദേവിയുമായി ചെങ്ങന്നൂരിലെ അവരുടെ വീട്ടിലെത്തി അഭിമുഖം നടത്തിയിരുന്നു. അന്നത്തെ ശബരിമല തന്ത്രിയുടെ അമ്മ കൂടിയാണവർ. വളരെ സൌമ്യയും മൃദുഭാഷിണിയുമായ അവർ തന്റെ പതിഞ്ഞ ശബ്ദത്തിൽ ശബരിമല സന്ദർശനം തങ്ങളുടെ ആരോഗ്യത്തെ എപ്രകാരം ബാധിക്കുമെന്ന് സ്ത്രീകൾ മനസ്സിലാക്കുന്നില്ല എന്ന് അഭിപ്രായപ്പെടുകയുണ്ടായി. ദൌർഭാഗ്യകരമെന്നു പറയട്ടെ, ഈ കേസിന്റെ പ്രതിനിധികളിലധികവും ഒരു ബ്രഹ്മചാരിയായ ദേവൻ തനിക്ക് ചുറ്റും സ്ത്രീകളുടെ സാന്നിദ്ധ്യം ഇഷ്ടപ്പെടുന്നില്ല എന്നു പറഞ്ഞു. ഇവരുടെ

(ശ്രീമതി ദേവിക ദേവി) ശബ്ദം മാധ്യമങ്ങളുടെ മുഖ്യധാരയിൽ ഒരിക്കലും കേൾക്കപ്പെടുകയുണ്ടായില്ല. ഒരു സ്ത്രീയെന്ന നിലയിൽ ഇത്തരം അഭിപ്രായങ്ങൾ സ്ത്രീകളിൽപ്പലർക്കും അപമാനമായി തോന്നിയതിൽ എനിക്ക് അത്ഭുതം തോന്നിയില്ല. അയ്യപ്പസ്വാമിയേയും ശബരിമലയിലെ ആചാരങ്ങളേയും തീർത്തും മാനിക്കുന്ന ആളായതിനാൽ ഭഗവാനുമുകളിൽ ചാർത്തപ്പെട്ട ഈ വിവേചനം എന്നെ കൂടുതൽ വേദനപ്പെടുത്തുകയാണുണ്ടായത്.

ശബരിമലയോട് ചേർന്നുപോകുന്ന ഷഡ്ചക്രങ്ങൾ

സിദ്ധാന്തങ്ങൾ, പുരാവൃത്തങ്ങൾ, പൌരാണിക ശാസ്ത്രങ്ങൾ എന്നിവ വഴി നമുക്ക് പലകാര്യങ്ങളും മനസ്സിലാക്കാനാകുന്നു. പക്ഷേ അത് അനുഭവങ്ങളിലൂടെ നാം കണ്ടെത്തുന്നവയുമായി തട്ടിച്ചുനോക്കുമ്പോൾ അവയുടെ മാറ്റ് കുറഞ്ഞതായി തോന്നുന്നു. ഞാൻ ശബരിമലയിലെ രീതികൾ

അവിടത്തെ ആചാരരീതികളെ അനുസരിച്ച് സിദ്ധാന്തവൽക്കരിച്ച് അതിനെപ്പറ്റി എന്റെ ബ്ലോഗിൽ[7] എഴുതിയെങ്കിലും ഞാൻ

7 www.mythrispeaks.wordpress.com 'Sabarimala Story: Can visiting temples affect menstruating women?', 2016, and 'Sabarimala verdict: Fabricated rights over real experiences of women', 2018

വിചാരിച്ചതു തന്നെയാണ് ശരിയെന്ന് എനിക്ക് തീരുമാനിക്കാനായിരുന്നില്ല. ഈ പുസ്തകത്തിൽ ശബരിമലയെക്കുറിച്ച് എഴുതാനുറച്ചപ്പോഴും ഞാൻ ഇനിയും സന്ദർശിച്ചിട്ടില്ലാത്തൊരു ഇടത്തെക്കുറിച്ച് ന്യായീകരിക്കും വിധം എങ്ങനെ എനിക്കെഴുതുവാനാകുമെന്ന് ഞാൻ ചിന്തിക്കുകയായിരുന്നു. പക്ഷേ അതേസമയം തന്നെ ഞാൻ, കോടതി മറ്റൊരുതരത്തിൽ പറഞ്ഞാൽപ്പോലും, പാരമ്പര്യങ്ങളെ തകർക്കാനോ ബലപ്രയോഗത്തിലൂടെ ക്ഷേത്രപ്രവേശനം നടത്തുന്നതിനോ തയ്യാറായിരുന്നില്ല. ശ്രീ വി അരവിന്ദ് സുബ്രഹ്മണ്യം അദ്ദേഹത്തിന്റെ ബ്ലോഗിലെഴുതിയ "ആറു ശാസ്താക്ഷേത്രങ്ങളും ഷഡ്ചക്രങ്ങളും"[8] എന്ന രചന വായിയ്ക്കാനിടയായതിനാലാണ് അഴിയാക്കുരുക്കായ ഈ അവസ്ഥയെ എനിക്കു തകർക്കാനായത്. ശബരിമലയെക്കുറിച്ചും ശാസ്താവിനെക്കുറിച്ചും അദ്ദേഹം വളരെവിപുലമായ രീതിയിൽ ഗവേഷണം നടത്തിയിരുന്നു. അദ്ദേഹത്തിന്റെ പുസ്തകമായ ശ്രീ മഹാശാസ്താവിജയം ശാസ്താവിന്റെ വഴികളെക്കുറിച്ച് ആഴത്തിലുള്ള പഠനം നടത്തുന്ന ആർക്കും പ്രധാനപ്പെട്ട വായന തന്നെ. എന്നെസ്സംബന്ധിച്ചിടത്തോളം ഈ ബ്ലോഗ്ഗ്

8 www.shanmatha.blogspot.com The Six Sastha Temples and Shat Chakras

ശബരിമലയോട് ബന്ധപ്പെട്ട് കിടക്കുന്ന അഞ്ചു ക്ഷേത്രങ്ങളിലെ അനുഭവങ്ങളിലൂടെ അയ്യപ്പസ്വാമിയെ മനസ്സിലാക്കാൻ വഴി തെളിയിച്ചു. അരവിന്ദ്ജിയുടെ അഭിപ്രായത്തിൽ ആറാമത്തെ ക്ഷേത്രമായ ശബരിമല സന്ദർശിക്കുന്നതിനു മുൻപായി എല്ലാ അയ്യപ്പഭക്തന്മാരും ഒരു പ്രത്യേക ക്രമമനുസരിച്ച് ഈ അഞ്ചു ക്ഷേത്രങ്ങളും സന്ദർശിക്കുകയാണ് വേണ്ടത്.

അദ്ദേഹം പറയുന്നതെന്തെന്നാൽ ഈ ആറു ക്ഷേത്രങ്ങളിലോരോന്നും മൂലാധാരം മുതൽ ആജ്ഞവരെയുള്ള ആറുചക്രങ്ങളിൽ പ്രത്യേകം ഓരോന്നിനേയും ഉത്തേജിപ്പിക്കുന്നുവെന്നും അവയിൽ ആജ്ഞാചക്രം

ശബരിമലയുമായി ചേർന്നിരിക്കുന്നുവെന്നുമാണ്. ചക്രങ്ങളെക്കുറിച്ചുള്ള എന്റെ എല്ലാ സൈദ്ധാന്തികമായ അറിവിനേയും പരിശോധനാവിധേയമാക്കുന്ന ഒന്നായിരുന്നു ഈ ആറുക്ഷേത്രങ്ങളും അവയോട് ചേർന്നു കിടക്കുന്ന ആറ് ചക്രങ്ങളും!

ഈ സന്ദർശനങ്ങളുടെ സമയത്ത് എന്റെ ഇത്തരം പഠനങ്ങളിൽ പങ്കാളികളാകാറുള്ള ഭാസ്കറിന്റേയും വൈജയന്തിയുടേയും സഹായം ലഭിച്ചത് എന്റെ ഭാഗ്യമായിരുന്നു. 2019 ജൂണിലാണ് ഞങ്ങൾ ആദ്യത്തെ നാലു ക്ഷേത്രങ്ങളും സന്ദർശിച്ചത്. ഏതാനും

മാസങ്ങൾക്ക് ശേഷം അതേ
വർഷം സപ്തംബറിൽ ഞാനും ഭാസ്കറും
കൂടി അഞ്ചാമത്തെ ക്ഷേത്രവും സന്ദർശിച്ചു.
ഈ അനുഭവങ്ങൾ
ക്ഷേത്രശാസ്ത്രങ്ങളെക്കുറിച്ചുള്ള ഞങ്ങളുടെ
അറിവിനെ മൂർത്തമാക്കുകയും ശബരിമലയെ
ഒരു പുതിയ

വെളിച്ചത്തിൽ മനസ്സിലാക്കാൻ സാധിക്കുകയും
ചെയ്തു.

ഇനിയുള്ള അദ്ധ്യായങ്ങളിൽ സ്വാമി പൂർണ്ണാനന്ദയുടെ ഷഡ്ചക്രനിരൂപണ ഗ്രന്ഥത്തിൽ വിവരിച്ചിരിക്കുന്നതുപോലെ ഓരോ ക്ഷേത്രത്തിലും ചക്രങ്ങളുടെ പങ്ക് അവതരിപ്പിക്കും. ബംഗാളിൽ നിന്നുള്ള വളരെ പ്രശസ്തനായ തന്ത്രപണ്ഡിതനായ സ്വാമി പൂർണ്ണാനന്ദ ഇതെഴുതിയത് 1526 C.E. ൽ ആണ്. പുരാതനമായ ഈ ഗ്രന്ഥം അനുസരിച്ച് ഒരോ ചക്രവും താമരപ്പൂ പോലെ കാണപ്പെടും, അവയ്ക്കു നിറം, ആകൃതി, പ്രത്യേക പഞ്ചഭൂതം, നിശ്ചിത എണ്ണം ഇതളുകൾ, ബീജമന്ത്രം എന്നിവയുണ്ട്. ഓരോ ഇതളിനും പ്രത്യേക അക്ഷരവും ഉണ്ട്. ഓരോ ചക്രത്തിനും ഒരു ദേവനും ദേവിയും പ്രതീകമായിരിക്കും. പ്രവൃത്തിമാർഗ്ഗത്തിൽ പലപ്പോഴും തെളിഞ്ഞുകാണുന്നത് ചക്രങ്ങളിലെ ദേവിയുടെ ഗുണഗണങ്ങളാണെങ്കിൽ, നിവൃത്തി

മാർഗ്ഗത്തിൽ തെളിഞ്ഞുകാണുന്നത് ദേവന്റെ ഭാവങ്ങളാണെന്നത് വളരെ രസകരമായി തോന്നും. നമുക്കിവിടെ രണ്ടിനേയും സംക്ഷിപ്തമായി ഒന്നു സ്പർശിച്ചുപോകാം. ഓരോ ചക്രങ്ങളുടേയും സ്വഭാവത്തെക്കുറിച്ചും പ്രതീകാത്മകതകളെക്കുറിച്ചും ഷഡ്ചക്രനിരൂപണഗ്രന്ഥം

ഉപയോഗിച്ച് വിവരാന്വേഷണം നടത്തുന്നത് താൽപ്പര്യമുള്ള വായനക്കാർക്ക് നന്നായിരിക്കും.

വേണ്ടവിധത്തിൽ ചെയ്തില്ലെങ്കിൽ വിപരീതമായി ഫലമുണ്ടാകാമെന്നതിനാൽ ഒരു ഗുരുവിന്റെ മാർഗ്ഗോപദേശം തേടാതെ ചക്രങ്ങളെ ഉണർത്താൻ ശ്രമിക്കുന്നത് ഒട്ടും തന്നെ പ്രോത്സാഹനാർഹമല്ല. ഇക്കാരണം കൊണ്ടുകൂടിയാണ് അയ്യപ്പഭക്തർക്ക് ശബരിമല യാത്രയിലുടനീളം അവരെ

നയിക്കാൻ തീർച്ചയായും സ്വന്തമായൊരു ഗുരുസ്വാമി ഉണ്ടാകേണ്ടത്. ഈ ശാസ്ത്രത്തെ അനുഭവവേദ്യമാക്കണമെന്നുള്ളവർ ഒരു ഗുരുവിന്റെ സഹായം കൂടാതെ ഇതിനായി ഒരുങ്ങിപ്പുറപ്പെടരുത്.

ആരാണ് അയ്യപ്പസ്വാമി?

ശാസ്താവിന്റെ അവതാരമായാണ് അയ്യപ്പസ്വാമിയെ കണക്കാക്കുന്നത്. അദ്ദേഹം ജന്മമെടുത്തിരിക്കുന്നത് കലിയുഗത്തിൽ

ജനങ്ങൾക്ക് മോക്ഷം കിട്ടാൻ സഹായിക്കുന്നതിനുവേണ്ടി മാത്രമാണ്. വളരെ പൌരാണികമായ ആരാധനാമൂർത്തിയായ ശാസ്താവ് അല്ലെങ്കിൽ ധർമ്മശാസ്താവ്, ശിവഭഗവാന്റേയും വിഷ്ണുഭഗവാന്റേയും (മോഹിനിയായി വേഷം മാറിയപ്പോൾ) പുത്രനാണ്. അതുകൊണ്ട് സ്വാമി അയ്യപ്പൻ ശിവൻ, വിഷ്ണു, ശക്തി എന്നിവരുടെ ഏകീകരിക്കപ്പെട്ട രൂപമാണ്. പ്രത്യേകം ക്ഷേത്രങ്ങളിലെ വിഗ്രഹപഠനം ആ ക്ഷേത്രചൈതന്യത്തിന്റെ സ്വഭാവത്തെക്കുറിച്ച് സൂചന തരുന്നു. പൊതുവേ ശാസ്താവ് തന്റെ രണ്ട് ഭാര്യമാരായ പൂർണ്ണകല, പുഷ്ക്കല എന്നിവരോടൊത്ത് കാണപ്പെടുന്ന പുരാതനക്ഷേത്രങ്ങളിൽ ലിംഗഭേദമന്യേ എല്ലാവർക്കും പ്രവേശനമുണ്ട്. ബ്രഹ്മചാരിയുടെ വേഷത്തിൽ കാണപ്പെടുന്ന ക്ഷേത്രങ്ങളിൽ ചില നിയന്ത്രണങ്ങളുണ്ടാകാം, പ്രത്യേകിച്ചും ആർത്തവപ്രായത്തിലുള്ള സ്ത്രീ ജനങ്ങൾക്ക്.

പ്രധാനപ്പെട്ട ആറ് ശാസ്താക്ഷേത്രങ്ങളിൽ ഒരു ക്ഷേത്രം തമിഴ്നാട്ടിലെ തിരുനെൽവേലിയിലും ബാക്കിയെല്ലാം കേരളത്തിലുമാണ്. കേരളത്തിലെ ഈ അഞ്ചു ക്ഷേത്രങ്ങൾ പഞ്ചശാസ്താക്ഷേത്രങ്ങൾ എന്നറിയപ്പെടുന്നു. തമിഴ്നാട്ടിലെ ക്ഷേത്രത്തിലെ ആരാധന അഗസ്ത്യമുനിയാലും കേരളത്തിലെ

ക്ഷേത്രങ്ങളിലെ ആരാധന പരശുരാമമുനിയാലും തുടക്കം കുറിക്കപ്പെട്ടവയാണ്. ഈ ക്ഷേത്രങ്ങൾ ഈ മുനിമാരുടെ കാലത്തിനനുസരിച്ച് ആയിരക്കണക്കിനു വർഷങ്ങളുടെ പഴക്കമുള്ളവയാണെന്ന് കരുതപ്പെടുന്നു. ചരിത്രപരമായ വിശദവിവരങ്ങൾ നൂറുശതമാനവും ശരിയായിക്കൊള്ളണമെന്നില്ലെങ്കിലും, ഈ ഒരോ ഇടങ്ങളിലേയും ചൈതന്യം അതിനെ അന്വേഷിക്കുന്നവർക്ക്, ഇത്രയധികം വർഷങ്ങൾക്കു ശേഷവും നിഷേധിക്കാനാകാത്തവിധം ഊർജ്ജസ്വലതയേകുന്നതാണ്.

ഓരോ ക്ഷേത്രവും അറിവിന്റെ ഭണ്ഡാരമാണ്. വാല്യങ്ങളായി അതിന്റെ

വാസ്തുശൈലി, ഐതിഹ്യങ്ങൾ, പുരാണേതി ഹാസങ്ങൾ, ചരിത്രം എന്നിവയെപ്പറ്റി എഴുതാനാകും. പലപ്പോഴും എഴുതപ്പെട്ടിട്ടും ഉണ്ട്. അതോടൊപ്പം തന്നെ അക്ഷരാർത്ഥത്തിൽ എടുക്കപ്പെടുമ്പോൾ, പ്രത്യേകിച്ചും, ഐതിഹ്യങ്ങൾ, തെറ്റായവിധം വ്യാഖ്യാനിക്കപ്പെടാം. അതിനുപകരം

ആലങ്കാരികമായ
ഇത്തരം കഥകളിലെ നിഗൂഢമായ സൂചനകളെ മനസ്സിലാക്കുവാൻ നമ്മൾ

ശ്രമിക്കുകയാണെങ്കിൽ ആ ക്ഷേത്രത്തിന്റെ ശരിയായ സ്വഭാവത്തെക്കുറിച്ചുള്ള പല സത്യങ്ങളും നമുക്ക് കണ്ടെത്താനാകും. അതോടൊപ്പംതന്നെ ആ ക്ഷേത്രത്തിൽ നമുക്കനുഭവപ്പെട്ട ചൈതന്യം കൂടി കണക്കിലെടുക്കുമ്പോൾ അറിവിന്റെ ഒരു പുതിയ മാനം തുറക്കപ്പെടുന്നു. അടുത്ത ഏതാനും പേജുകളിലായി ഞാൻ അതാണ് വെളിപ്പെടുത്താനായി ശ്രമിക്കുന്നത്.

പ്രശ്നം ശബരിമലയുടേതാകുമ്പോൾ മറ്റ് അഞ്ചുക്ഷേത്രങ്ങളെക്കുറിച്ചും നാം അറിഞ്ഞിരിക്കേണ്ടത് എന്തിനാണെന്ന് ഒരുപക്ഷേ ആർക്കെങ്കിലും തോന്നാം. അതാണ് കാതലായ കാര്യം - ശബരിമലയെക്കുറിച്ച് പൂർണ്ണമായി മനസ്സിലാക്കണമെങ്കിൽ അതിനോട് ബന്ധപ്പെട്ട ശാസ്താക്ഷേത്രങ്ങളെ മനസ്സിലാക്കുന്നതും അവ ഏതുവിധത്തിൽ ശബരിമലയുമായി ബന്ധപ്പെട്ടിരിക്കുന്നുവെന്നും അറിയേണ്ടത് ഒഴിച്ചുകൂടാനാകാത്തതാണ്.

ഭക്തരിൽ പലരും അയ്യപ്പസ്വാമിയെ തങ്ങളുടെ ആഗ്രഹങ്ങൾ നിറവേറ്റിത്തരുന്ന ദേവനായാണ് കാണുന്നതെങ്കിലും യഥാർത്ഥത്തിൽ അയ്യപ്പസ്വാമിയും ശബരിമലയാത്രയും നിവൃത്തിമാർഗ്ഗത്തിന്റെ അഥവാ

മുക്തിനേടാനായുള്ള പരിത്യാഗത്തിന്റെ വഴിയാണ്. ഇത് മനസ്സിലാക്കുകയെന്നത് ഭക്തർക്ക്, പ്രത്യേകിച്ചും പ്രത്യുത്പ്പാദനശേഷിയുള്ള പ്രായത്തിൽ അയ്യപ്പഭക്തരാകാനും ശബരിമലയിൽ പ്രവേശിക്കാനും മോഹിക്കുന്ന സ്ത്രീകൾക്ക്, വളരെയേറെ അത്യന്താപേക്ഷിതമാണ്, എന്തെന്നാൽ ഈ വഴിയിൽ അവർക്ക് പരിത്യാഗം ആവശ്യമാണ്. മറ്റൊരുതരത്തിൽ പറയുകയാണെങ്കിൽ അവർ ഈ യാത്ര തുടങ്ങുമ്പോൾ, അവർ തയ്യാറാണെങ്കിലും അല്ലെങ്കിലും, അവർക്കായി പരിത്യാഗത്തിന്റെ വഴി ഉണർത്തപ്പെടുകയാണ്.

അദ്ധ്യായം 3

ചൊരി മുത്തയ്യൻ കോവിൽ - മൂലാധാരചക്രം

തമിഴ് നാട്ടിലെ തിരുനെൽവേലി ജില്ലയിലെ നയനമനോഹരമായ പൊതിഗൈ മലയുടെ മുകളിലായി താഴ്മയാർന്ന് നിൽക്കുന്ന ഒരു ക്ഷേത്രമുണ്ട്. ഇത് സ്ഥിതിചെയ്യുന്നത് മനോഹരിയും അനുസ്യൂതമായി ഒഴുകുന്നവളുമായ താമിരഭരണി (താമ്രപർണ്ണി) നദിയുടെ തീരത്താണ്. ക്ഷേത്രത്തിന്നുള്ളിൽ പ്രവേശിക്കുമ്പോൾ കൂസലെന്യേ വിഹരിക്കുന്ന മയിലുകളെ കാണാം. ഞങ്ങൾ ആദ്യമായി സന്ദർശിച്ച ശാസ്താക്ഷേത്രങ്ങളിൽ ഒന്നാമത്തേതായ ചൊരി മുത്തയ്യൻ കോവിലാണിത്.[9] ഭക്തന്മാരെയാരേയും കാണാഞ്ഞതിനാൽ ഇവിടെ ആരാധന നടക്കുന്നുണ്ടോ എന്നുപോലും ഞങ്ങൾക്ക് സംശയമായി. ഞങ്ങൾ അവിടെ പോയത് അമാവാസിയിലെ ഉത്സവസമയത്തോ സാധാരണയായി അയ്യപ്പഭക്തർ ഇവിടെ നിന്നും

---

9 തമിഴ്നാട്ടിൽ സൊരി മുത്തയ്യൻ കോവിൽ എന്നാണ് ഇത് അറിയപ്പെടുന്നത്

ശബരിമലയിലേക്ക് തീർത്ഥയാത്ര തുടങ്ങുന്ന ഡിസംബറിലെ മണ്ഡലക്കാലത്തോ ആയിരുന്നില്ല, ജൂണിലായിരുന്നു.

ആരാധനാമൂർത്തി

ഞങ്ങൾ അവിടെ കണ്ട പൂജാരി ക്ഷേത്രത്തെക്കുറിച്ച് തനിക്ക് അറിയാവുന്നതെല്ലാം പങ്കുവയ്ക്കുന്നതിൽ സന്തോഷവാനായിരുന്നു. അദ്ദേഹം പറഞ്ഞതനുസരിച്ച് ഈ ക്ഷേത്രം അയ്യപ്പഭക്തരുടെ യാത്രയുടെ ആരംഭബിന്ദുവായ മൂലം അല്ലെങ്കിൽ ആദിമൂലമാണ്. ഇവിടെ വച്ചാണ് മാലയിടൽ നടത്തേണ്ടത്; അയ്യപ്പഭക്തർക്ക് അവരുടെ ഗുരുസ്വാമി ഒരു മാല കൊടുക്കുന്നു. ഇത് 41 ദിവസം നീണ്ടു നിൽക്കുന്ന അവരുടെ വ്രതത്തിനും[10] ശബരിമല

---

10 അയ്യപ്പഭക്തർക്ക് ശബരിമലയിൽ പ്രവേശിക്കുന്നതിനു മുൻപായി 41 ദിവസത്തെ വ്രതമെടുക്കേണ്ടതുണ്ട്. ഈ സമയത്ത് അവരുടെ ജീവിതരീതിയിലും ഭക്ഷണക്രമങ്ങളിലും ചിട്ടയായ നിയമങ്ങൾ പാലിക്കേണ്ടതുണ്ട്. ഭക്തർ കറുപ്പ്, നീല, ഓറഞ്ച് എന്നീ നിറങ്ങളിലെ വസ്ത്രങ്ങൾ ധരിക്കുകയും കഠിനവ്രതങ്ങളെടുക്കുകയും സാത്വികമായ സസ്യഭക്ഷണം മാത്രം കഴിക്കുകയും നിർദ്ദേശിക്കപ്പെട്ടതായ അനുഷ്ഠാനങ്ങൾ ഏറ്റെടുക്കുകയും കർശനമായ ബ്രഹ്മചര്യവ്രതം ആചരിക്കുകയും കണ്ടുമുട്ടുന്ന ഏവരേയും സ്വാമി അയ്യപ്പനായിത്തന്നെ കരുതുകയും ചെയ്യുന്നു.

യാത്രക്കും തുടക്കം കുറിക്കലാണ്. ഈ മാല ശബരിമല സന്ദർശനവും അതിനോടനുബന്ധിച്ച അനുഷ്ഠാനങ്ങളും കഴിയുന്നതുവരെ കഴുത്തിൽ നിന്നും മാറ്റാൻ പാടില്ല.

ചൊരി മുത്തയ്യൻ കോവിലിൽ ശാസ്താവ് പഞ്ചഭൂതങ്ങളെ നിയന്ത്രിക്കുന്നവനായി പൃഥ്വിതത്വത്തെ നിയന്ത്രിക്കുന്ന മൂലാധാരത്തിൽ തന്റെ പങ്ക് വ്യക്തമാക്കുംവിധം ആദിഭൂതനാഥരൂപത്തിലാണ്. ശാസ്താവിന് ഇരുപുറവുമായി പൂർണ്ണകല, പുഷ്ക്കല എന്നീ രണ്ടു പത്നിമാരെ കാണാം. ശാസ്താവിന്റെ കോവിലിനു തൊട്ടുതന്നെ ഇടതുമാറിയുള്ള സ്വയംഭൂലിംഗം അഗസ്ത്യമഹർഷിയാൽ ആരാധിക്കപ്പെട്ടിരുന്ന വിഗ്രഹമായി പറയപ്പെടുന്നു.

ശബരിമല സന്ദർശിക്കുന്നതിനു മുൻപായി ഒരുകൂട്ടം ക്ഷേത്രങ്ങളായ അച്ചൻകോവിൽ, ആര്യങ്കാവ്, കുളത്തുപുഴ, എരുമേലി എന്നീ ക്ഷേത്രങ്ങൾ, അതായത് സ്വാധിഷ്ഠാനം, മണിപൂരകം, അനാഹതം, വിശുദ്ധി എന്നീ ചക്രങ്ങളുടെ

മദ്യപാനം, പുകവലി തുടങ്ങിയ പ്രവൃത്തികൾ നിഷിദ്ധവും യോഗികളെപ്പോലെ തികഞ്ഞ ബ്രഹ്മചര്യം പാലിക്കൽ ആവശ്യവുമാണ്.

ക്രമത്തിൽ, സന്ദർശിക്കേണ്ടതായി പൂജാരി ഞങ്ങളെ അറിയിച്ചു. ഇത് ശാസ്താവിന്റെ ഈ ആറു ക്ഷേത്രങ്ങളും ഷഡ്ചക്രങ്ങളുമായുള്ള ബന്ധത്തെപ്പറ്റി അരവിന്ദ്ജി പറഞ്ഞതിനെ സാധൂകരിക്കുന്നതായിരുന്നു.

ചൈതന്യം

ഒരു സ്ഥലത്തിന്റെ ആഴമളക്കാൻ പറ്റിയ മാർഗ്ഗം കണ്ണുകൾ അടച്ച് ഇരുന്ന് സ്വയം ഉള്ളിലെ ചലനങ്ങളെ നിരീക്ഷിക്കുകയാണ്. ഇത് ചെയ്യുന്നത് തുറന്ന മനസ്സോടെ, പ്രത്യേക ലക്ഷ്യമൊന്നും കൂടാതെയായിരിക്കണമെന്നത് ഞങ്ങളെസ്സംബന്ധിച്ചിടത്തോളം വളരെ എളുപ്പമാകാൻ കാരണം ഞങ്ങൾക്ക് മൂലാധാരചക്രവുമായി ബന്ധപ്പെട്ട ഒരു ക്ഷേത്രത്തിൽ നിന്നും എന്ത് പ്രതീക്ഷിക്കണമെന്നതിനെക്കുറിച്ച് തീരെ അറിവുണ്ടായിരുന്നില്ലെന്നതാണ്. നാം എന്തെങ്കിലും അനുഭവിച്ചറിയാൻ മുതിരുമ്പോൾ , അതിനെക്കുറിച്ച് വളരെക്കുറച്ചുമാത്രമേ നമുക്ക് അറിവുള്ളുവെങ്കിൽ, നമ്മുടെ ഭാവനയ്ക്ക് നിറം ചാർത്തപ്പെടാതിരിക്കുവാൻ അവ എപ്പോഴും സഹായകമാകുന്നു.

അനക്കം കൂടാതെ ഏതാണ്ട് പതിനഞ്ച് മിനിറ്റോളം വെറുതെ ഇരുന്നപ്പോൾ എനിക്ക് വയറിന് താഴെയുള്ള ഭാഗത്തായി ഒരു സ്പഷ്ടമായ സ്പന്ദനം അനുഭവപ്പെട്ടു. തുടക്കത്തിൽ അതെന്റെ തോന്നലാകുമെന്നു കരുതി അത് കടന്നുപോകാനായി ഞാൻ കണ്ണുകൾ അടച്ച് അവിടെത്തെ എന്റെ ഇരിപ്പ് തുടർന്നു. രണ്ടാംതവണയും പിന്നീട് മൂന്നാം തവണയുമായി അത് തുടർന്നുകൊണ്ടേയിരുന്നു. ഇത് യാദൃശ്ചികമായ ഒന്നല്ല, തീർച്ച.

ഞാൻ വിചാരിച്ചിരുന്നത് ഒരു പ്രഭാവം ഉണ്ടാക്കാനാകാത്തവിധം സരളമാണീ സ്ഥലം എന്നായിരുന്നു. പാഠം ഒന്ന് - ഒരു ക്ഷേത്രത്തെ അതിന്റെ കെട്ടിടം മാത്രം നോക്കി വിലയിരുത്തരുത്. ചോരി മുത്തയ്യൻ കോവിൽ നട്ടെല്ലിനു കീഴ്ഭാഗത്തായി സ്ഥിതിചെയ്യുന്ന മൂലാധാരചക്രത്തിനുമേൽ തീർച്ചയായും സ്വാധീനമേൽപ്പിക്കുന്നു. മനസ്സും ശരീരവും ഒരിത്തിരിയെങ്കിലും നിശ്ചലമാക്കി ഇവിടെ സന്നിഹിതനായാൽ നിങ്ങൾക്കത് ശരിക്കും അനുഭവിക്കാനാകും.

ചിത്രം.1 ചൊരി മുത്തയ്യൻ കോവിലിലെ ശാസ്താവ് പൂർണ്ണകലയ്ക്കും പുഷ്കലയ്ക്കുമൊപ്പം.

(ചിത്രത്തിന് കടപ്പാട്: വി. അരവിന്ദ് സുബ്രഹ്മണ്യം)

ഭക്തർക്കുള്ള പ്രാധാന്യം

ഉത്സവക്കാലങ്ങളിൽ ഈ ക്ഷേത്രത്തിലേക്ക് ലക്ഷക്കണക്കിനാളുകൾ എത്തിച്ചേരുന്നു. പൈശാചികമായ ബാധകളെ ഒഴിവാക്കാനും സുരക്ഷ കൈവരിക്കുന്നതിനും പോകുന്ന ഒരിടമെന്ന നിലയിൽ ഗ്രാമവാസികൾക്കിടയിൽ ഈ ക്ഷേത്രം ജനസമ്മതിയാർന്നതാണ്. ഈ ക്ഷേത്രത്തിന്റെ ചുറ്റുപാടിലുമായി പലതരത്തിലുള്ള ഉപദേവതകൾ ഉള്ളതിൽ പട്ടവരായൻ, കാലികളുടെ സംരക്ഷകനായാണ് ആരാധിക്കപ്പെടുന്നത്. സന്താനഭാഗ്യത്തിന്നായി ബ്രഹ്മരാക്ഷസിയോട് പ്രാർത്ഥിക്കാം. കുട്ടികളുണ്ടാകാനായി പ്രാർത്ഥിയ്ക്കുന്ന ഭക്തർ വഴിപാടായി കെട്ടിത്തൂക്കുന്ന മണികളെ വിഴുങ്ങുന്ന ഒരു ഇലുപ്പ മരം ഇവിടെക്കാണാം. എല്ലാതരത്തിലും വലുപ്പത്തിലുമുള്ള മണികൾക്കു മുകളിലൂടെ മരം വളർന്നത് അഥവാ മണികളെ വിഴുങ്ങിയത് ഞങ്ങൾക്ക് കാണാൻ കഴിഞ്ഞു. പലതരം ദേവതകളും, വിശ്വാസങ്ങളും, അതിനോട് ബന്ധപ്പെട്ട ഐതിഹ്യങ്ങളും വളരെ ആകർഷിക്കുന്നവയെങ്കിലും ശാസ്താ കോവിലിന്റെയും സ്വയംഭൂലിംഗത്തിന്റെയും ശ്രദ്ധയെ വ്യതിചലിപ്പിക്കുന്നതായിത്തോന്നി. തിരിഞ്ഞുനോക്കുമ്പോൾ തോന്നുന്നു, ഒരു സ്ഥലം

മൂലാധാരചക്രത്തിൽ അധിഷ്ഠിതമാകുമ്പോൾ മായയുടെ കളി അവിടെ ശക്തമാകുന്നതിനാൽ ഈ സവിശേഷത സംഭവ്യം തന്നെയെന്ന്. ഇവിടെ എത്തിച്ചേരുന്ന ഭക്തർ ഭയം, അരക്ഷിതത്വം, രോഗങ്ങൾ എന്നിവ നീങ്ങാനും, സന്താനഭാഗ്യം, ആരോഗ്യം, സൌഖ്യം എന്നിവ കൈവരാനും പ്രാർത്ഥിക്കുന്നു - ഇവയെല്ലാം തന്നെ പ്രവൃത്തിമാർഗ്ഗത്തിലെ മൂലാധാരചക്രത്തിന്റെ ചെയ്തികളാണ്.

ശാസ്താവിന്റെ ഇരുവശത്തുമായി പൂർണ്ണകല - പുഷ്ക്കല എന്നിവരുടെ സാന്നിദ്ധ്യം ഈ സ്ഥലത്തിന്റെ പ്രകൃതം മനസ്സിലാക്കുന്നതിൽ പ്രാധാന്യമേകുന്നു. ചിലപ്പോളിവരെ ജ്ഞാനവും ഭക്തിയും ആയി വിശേഷിപ്പിക്കുന്നു. പലപ്പോഴും ഭക്തർ തങ്ങൾക്ക് ഭക്തി ഉള്ളതിനാൽ ജ്ഞാനത്തിന്റെ ആവശ്യകത ഇല്ലെന്ന് അവകാശപ്പെടുകയും ചക്രങ്ങൾ, ശാസ്ത്രങ്ങൾ എന്നിവയെ തള്ളിക്കളയുകയും ചെയ്യുന്നു. അതുപോലെ തന്നെ ജ്ഞാനികൾ തങ്ങൾക്ക് വേണ്ടത്ര അറിവുണ്ടെന്നും ഭക്തിയുടെ ആവശ്യകത ബലഹീനമായ മനസ്സുള്ളവർക്കാണെന്നും കരുതുന്നു. പക്ഷെ, വിവേകിയായവർ ശരിയായ ജ്ഞാനം ഭക്തിയെ പരിപോഷിപ്പിക്കുമെന്നും ശുദ്ധമായ ഭക്തി

കലർപ്പില്ലാത്ത ജ്ഞാനത്തിനു കാരണമാകുമെന്നും മനസ്സിലാക്കുന്നു. ചൊരി മുത്തയ്യൻ ക്ഷേത്രത്തിൽ ജ്ഞാനവും ഭക്തിയും ശാസ്താവിൽ നിന്നും വ്യത്യസ്ഥമാണെന്നത് സൂചിപ്പിക്കുന്നത് മൂലാധാരത്തിൽ നിന്നും പ്രവർത്തിക്കുന്ന ഒരാളുടെ ഘനമാർന്ന പ്രകടനങ്ങളാണ്. അതേസമയം ഒരാൾ ചക്രങ്ങളിലൂടെ മുകളിലേക്ക് ഉയരുംതോറും ഇവ രണ്ടും വ്യത്യസ്തമായ ഭാഗങ്ങൾ അല്ലെന്നും ശാസ്താവിൽ ഒന്നാകപ്പെട്ടവയാണെന്നും നമുക്കു കാണാനാകുന്നു.

ബോധപൂർവ്വം നിവൃത്തിമാർഗ്ഗം (പരിത്യാഗത്തിന്റെ മാർഗ്ഗം) തിരഞ്ഞെടുത്ത ഒരാൾക്ക് ബാഹ്യമായ സാധ്യതകൾക്കപ്പുറം കാണാനും ഈ സ്ഥലത്തെ നിർമ്മലമായ ചൈതന്യം അനുഭവിക്കാനുമാകും. അതുകൊണ്ടാണ് നിവൃത്തിമാർഗ്ഗത്തിൽ ചരിക്കേണ്ടുന്ന അയ്യപ്പഭക്തർക്ക് ഈ ക്ഷേത്രം അത്യന്തം പ്രാധാന്യമേറിയ സ്ഥാനം വഹിക്കുന്നതായി മാറിയത്. ഇവിടം ഭൗതികമായ ലോകത്തിന്റെ അരക്ഷിതത്വത്തിൽ നിന്നും മുകളിലേക്കുയർന്ന് മുക്തിമാർഗ്ഗത്തിന്റെ പാതയിൽ അവരെ ശക്തമായി പ്രതിഷ്ഠിക്കാൻ സ്വയം അവരുടെ ഉള്ളിലേക്ക് ശ്രദ്ധയെ ആദ്യമായി തിരിച്ചുവിടുന്ന സ്ഥലമാണ്.

എന്റെ അനുഭവങ്ങൾ, ഈ പ്രക്രിയകളിലേക്ക് മൂലസൂത്രങ്ങളാൽ ഉപദേശിക്കപ്പെട്ടിട്ടില്ലാത്തതിനാൽ, ഒരുപക്ഷെ ഒരുവലിയ മഞ്ഞുമലയുടെ കൂർമ്മാഗ്രം പോലെ മാത്രമാകാമെന്ന് മനസ്സിലാക്കുമല്ലോ. പക്ഷേ എന്നെപ്പോലെയല്ലാത്ത, ദീക്ഷ ലഭിയ്ക്കപ്പെട്ട, അയ്യപ്പഭക്തർക്ക് തീർച്ചയായും ഈ സ്ഥലത്തെ വളരെ ശക്തമായി അനുഭവിക്കാൻ കഴിയും. എന്തായാലും പൂജാരി ഞങ്ങളോട് പറഞ്ഞതുപോലെ വളരെ കുറച്ച് ഭക്തർ മാത്രമേ ഇവിടം സന്ദർശിയ്ക്കാറുള്ളൂ, പലർക്കും ഈ സ്ഥലത്തിന്റെ പ്രാധാന്യത്തെക്കുറിച്ച് അറിവുപോലുമില്ല.

മൂലാധാര ചക്രത്തിന്റെ പ്രാധാന്യം

ഷഡ്ചക്രനിരൂപണത്തിൽ ഉള്ള വളരെയേറെ വചനങ്ങളിൽ നാലു മുതൽ പതിമ്മൂന്നുവരെയുള്ള വചനങ്ങൾ മൂലാധാരചക്രത്തെ വിവരിക്കുന്നതിനായി സമർപ്പിച്ചിരിക്കുന്നു. നമ്മളിൽ ഭൂരിഭാഗവും സ്ഥിരമായി പ്രവർത്തിക്കുന്ന മേഖലയാണിത്. നമ്മുടെ ജീവിതങ്ങൾ പ്രധാനമായും അടിസ്ഥാനപരമായ അതിജീവനത്തിലും പ്രജനനത്തിലും ചുറ്റിക്കറങ്ങുമ്പോൾ ഈ സംരംഭങ്ങളെ വളരെ വിജയകരമായി

നിറവേറ്റാൻ നല്ലപോലെ ചൈതന്യവത്തായ മൂലാധാരം പ്രധാന്യമർഹിക്കുന്നു.

മൂലാധാരചക്രത്തിന്റെ പുരുഷ അധിദേവത സ്രഷ്ടാവായ ബ്രഹ്മാവായതിനാൽ മൂലാധാരം ഉത്തേജിക്കപ്പെടുമ്പോൾ അദ്ദേഹത്തിന്റെ സൃഷ്ടിപരമായ കഴിവുകളാണ് പ്രവണതകളായി മാറുന്നത്. പ്രവൃത്തിമാർഗ്ഗത്തിൽ ഉള്ളവർക്ക് ശക്തി അല്ലെങ്കിൽ ഭൈരവികളിലൊന്നായ, സ്ത്രീശക്തിയായ ഡാകിനി ദേവി കൂടുതൽ പ്രത്യക്ഷമാകുന്നു. ലിംഗരൂപത്തിലുള്ള സ്വയംഭൂവും അതിനെ ചുറ്റിപ്പൊതിഞ്ഞ് പരമ സാക്ഷാത്ക്കാരത്തിന്റെ താക്കോലായ കുണ്ഡലിനിയുമുണ്ട്.

ഒരാൾ ഗുരുവിന്റെ ഉപദേശങ്ങൾ അനുസരിച്ച് നിവൃത്തിമാർഗ്ഗത്തിൽ സഞ്ചരിക്കുകയാണെങ്കിൽ മൂലാധാരചക്രത്തിനെ ഉത്തേജിപ്പിക്കൽ വളരെ പ്രാധാന്യമർഹിക്കുന്നു. മൂലാധാരത്തിൽ മാത്രമേ ഉറങ്ങിക്കിടക്കുന്ന കുണ്ഡലിനി ശക്തിയെ ഉണർത്താനാവൂ. മൂലാധാരചക്രത്തിൽ ഒരു പാമ്പിനെപ്പോലെ ചുരുണ്ടുകൂടിക്കിടക്കുന്ന വൈദ്യുതശക്തിപോലുള്ള ഒന്നായാണ് കുണ്ഡലിനിശക്തിയെ കണക്കാക്കുന്നത്. ഉണർത്തപ്പെട്ടാൽ അതു നട്ടെല്ലിനു സമാന്തരമായി, സൂക്ഷ്മമായ

സുഷുമ്നാനാഡിയിലൂടെ[11] തുളച്ചുകയറി, വഴിയിലെ ഓരോ ചക്രത്തേയും സജീവമാക്കും. ആർതർ ആവ്ലോണിന്റെ പുസ്തകമായ “ദി സെർപ്പെൻറ്റ് പവർ” അനുസരിച്ച് കുണ്ഡലിനി ഓരോ ചക്രത്തിലൂടെയും കടന്നുപോകുമ്പോൾ അത് അസഹ്യമായ ചൂടിന്റെ അനുഭവവും അത് കടന്നുപോയിക്കഴിഞ്ഞാൽ തണുപ്പും തോന്നിപ്പിക്കുന്നു. ഇങ്ങനെയാണ് നമുക്ക് ആ ആത്മീയപ്രവൃത്തിയുടെ ശാരീരികമായ പ്രഭാവം അനുഭവിക്കാനാകുന്നത്.

ചൊരി മുത്തയ്യൻ കോവിലിലെ ചൈതന്യത്തെ അനുഭവിച്ച് തങ്ങളുടെ ഗുരുസ്വാമിയിൽ നിന്നും ഈ ക്ഷേത്രത്തിൽ വച്ച് മാലയിടുമ്പോൾ ഒരു അയ്യപ്പഭക്തന് കുണ്ഡലിനിയെ ഉണർത്തുന്നതിലേക്കുള്ള ആദ്യ കാൽവയ്പ്പായി അത് മാറുന്നു.

11 സുഷുമ്നാനാഡി ഏറ്റവും പ്രധാനപ്പെട്ടതും കുണ്ഡലിനിയെ ഉണർത്തുന്നതിനുള്ള കേന്ദ്രനാഡി(സൂക്ഷ്മമാർഗ്ഗം)യുമാണ്. സുഷുമ്നാനാഡിയുടെ മുഖഭാഗത്തായാണ് മൂലാധാരചക്രം സ്ഥിതിചെയ്യുന്നത്. ഒരിക്കൽ ഉണർത്തപ്പെട്ടാൽ കുണ്ഡലിനി നട്ടെല്ലിനുള്ളിലൂടെ കുതിച്ച് മേൽപ്പോട്ട് പായും.

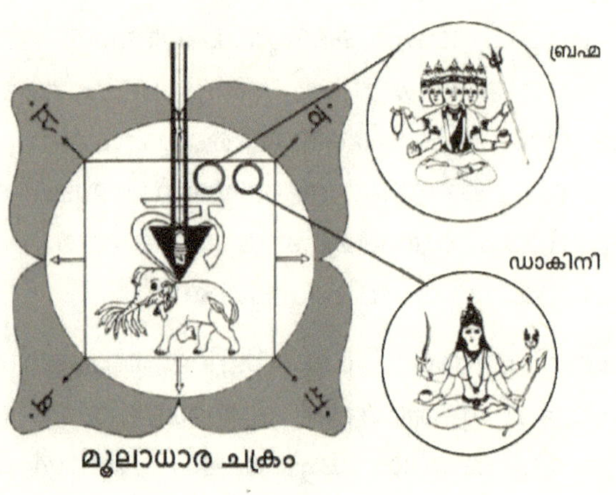

രൂപം-7: മൂലാധാരചക്രം

(കടപ്പാട്: സ്വാമിശിവാനന്ദ രാധ, കുണ്ഡലിനി യോഗ ഫോർ ദ വെസ്റ്റ്,കോപ്പിറൈറ്റ് 2005ടൈംലെസ്സ്ബുക്സ്

അദ്ധ്യായം 4

അച്ചൻകോവിൽ ശ്രീധർമ്മശാസ്താക്ഷേത്രം - സ്വാധിഷ്ഠാനചക്രം

പശ്ചിമഘട്ടത്തിലെ കാടുകളുടെ ഉൾഭാഗത്ത്, കേരളത്തിലെ കൊല്ലം ജില്ലയിലെ ഒരു കൊച്ചുപട്ടണത്തിലാണ് ഞങ്ങൾ അച്ചൻകോവിൽ ശ്രീധർമ്മശാസ്താക്ഷേത്രം കണ്ടെത്തിയത്. ക്ഷേത്രാങ്കണത്തിൽ കാൽകുത്തിയ നിമിഷം മുതൽ നമ്മുടെ ചുണ്ടിൽ ഒരു പുഞ്ചിരി തന്നത്താൻ വന്നെത്തും. ഈ സ്ഥലത്തിന് ആനന്ദപ്രദവും, പ്രശാന്തവും, സാന്ത്വനമേകുന്നതുമായ എന്തോ ഒന്നുണ്ട്. ഇവിടത്തെ പൂജാരിമാരും ആനന്ദത്തിന്റെ മൂർത്തീഭാവമാർന്നവരാണ്.

കഴിഞ്ഞ രണ്ടുദിവസവും എന്റെ യാത്ര റോഡ് വഴിയായിരുന്നതിനാൽ, സാധാരണയായി യാത്രകളെ നന്നായിട്ടു കാണാൻ കഴിയാത്ത ഞാൻ ചിട്ടകൾ തെറ്റി ആകെ ക്ഷീണിതയായിരുന്നു. പക്ഷേ അച്ചൻകോവിലിലെ ദർശനത്തിനു ശേഷം എല്ലാം ലളിതവും സുഗമവുമായി. എന്റെ

ആരോഗ്യം മെച്ചപ്പെടുകയും ഞാൻ മുൻപൊരിക്കലുമില്ലാത്തവിധം ഊർജ്ജസ്വലയാവുകയും ചെയ്തു. യാത്രയുടെ ക്ഷീണം ഒരു പഴങ്കഥ പോലെയായി. ഈ ക്ഷേത്രത്തിൽ കാലെടുത്തുവയ്ക്കുന്ന ആർക്കും ആ പ്രഭാവം അനുഭവപ്പെടും.

ആരാധനാമൂർത്തി

അച്ചൻകോവിലിൽ മഹാവൈദ്യനായ ശാസ്താവ് വലതുകരത്തിൽ ചന്ദനലേപനം പിടിച്ചിരിയ്ക്കുന്നു. അദ്ദേഹത്തെ തന്റെ പ്രജകളുടെ ആഗ്രഹനിവൃത്തി നൽകുന്ന ഐശ്വര്യസമ്പന്നനായ ഒരു രാജാവായിട്ടാണിവിടെ ചിത്രീകരിച്ചിരിക്കുന്നത്. ഇവിടെയും ശാസ്താവിന്റെ ഇരുഭാഗത്തുമായി പൂർണ്ണകലയേയും പുഷ്ക്കലയേയും കാണാനാകും. ഒരു ഗൃഹസ്ഥനെന്ന നിലയിൽ അച്ചൻകോവിലിൽ അദ്ദേഹത്തിന്റെ ചൈതന്യം ലൌകികമായ കുടുംബജീവിതത്തിന്റെയും മൂർത്തമായ സുഖലോലുപതയുടെയും വഴി പിന്തുടരുന്നവർക്ക് അനുയോജ്യം തന്നെ.

പരശുരാമൻ പ്രതിഷ്ഠിച്ച മൂലവിഗ്രഹം ഇതുവരെയും കാത്തുസൂക്ഷിക്കാൻ കഴിഞ്ഞ ഒരേയൊരു ശാസ്താക്ഷേത്രമാണിത്. അതേ വിഗ്രഹം തന്നെയാണിവിടെ ഇപ്പോഴും ആരാധിക്കപ്പെടുന്നത്. ഒരുപക്ഷേ ഇവിടെ

കാലെടുത്തുവയ്ക്കുന്ന ഭക്തർക്ക് സ്പഷ്ടമായ ഈ പ്രഭാവം അനുഭവപ്പെടാനുള്ള കാരണവും അതുതന്നെയാകാം. ഐതിഹ്യങ്ങളിൽ പറയപ്പെടുന്നതെന്തെന്നാൽ പ്രധാന വിഗ്രഹം പരശുരാമൻ ഹിമാലയത്തിൽ നിന്നും കൊണ്ടുവന്നതാണെന്നും ഒരു പ്രത്യേകതരം പഞ്ചശിലയാലാണത് ഉണ്ടാക്കപ്പെട്ടിട്ടുള്ളത് എന്നുമാണ്. (ഇന്നത്തെ പഞ്ചലോഹത്തിൽ നിന്നും വ്യത്യസ്തമായത്). വെള്ളമോ, ശുദ്ധമായ ചന്ദനമോ വിഗ്രഹത്തിൽ തൊട്ടാൽ അതിന് ഔഷധഗുണം കൈവരികയും ഭക്തരുടെ ശരീരത്തിലെ വിഷാംശത്തെ ദൂരീകരിക്കുകയും ചെയ്യും. അഭിഷേകത്തിന് ഉപയോഗിച്ച ജലം രോഗശമനത്തിന്നായുള്ള തീർത്ഥമായി മാറുന്നു.

**ചിത്രം 2: അച്ചൻകോവിൽ ക്ഷേത്രത്തിലെ ശാസ്താവ്
പൂർണ്ണകല- പുഷ്ക്കല എന്നിവരോടൊത്ത്**

പടത്തിനു കടപ്പാട്: വി. അരവിന്ദ് സുബ്രഹ്മണ്യം

ദൈവചൈതന്യം

സമയനിയന്ത്രണങ്ങൾ കാരണം ചൊരി മുത്തയ്യൻ ക്ഷേത്രത്തിലേതുപോലെ ഈ ക്ഷേത്രത്തിൽ സമയം ചിലവഴിക്കാനായില്ല. അതിനൊരുകാരണം അതേ ദിവസം തന്നെ അടുത്ത രണ്ടു ക്ഷേത്രങ്ങൾ കൂടി സന്ദർശിക്കാൻ പുരോഹിതൻ നിർദ്ദേശിച്ചതാണ്. എന്തോ കാരണത്താൽ അവർ നിർദ്ദേശിച്ച നിയമമമാണത്. അടുത്ത രണ്ട് ക്ഷേത്രങ്ങൾ ഈ ക്ഷേത്രത്തിൽ നിന്നും ഏതാണ്ട് 40 കിലോമീറ്ററെങ്കിലും ദൂരെ ചുരത്തിന്റെ കുന്നും മേടും നിറഞ്ഞ ഭൂപ്രദേശത്താകയാൽ എത്തിപ്പെടാൻ സമയമെടുക്കുമെന്നറിയുന്നതിനാൽ ഞങ്ങൾ കഴിയുന്നതും വേഗം പുറപ്പെട്ടു.

ഇവിടെ അധികസമയം ചിലവിടാൻ ഞങ്ങൾക്കായില്ലെങ്കിലും വിഗ്രഹചൈതന്യത്തിന്റെ അനന്തരഫലം ഞങ്ങൾക്ക് ശരിക്കും നിരീക്ഷിക്കാനായി. ഞങ്ങളുടെ ആരോഗ്യം, പ്രത്യേകിച്ച് ദഹനം, വിശപ്പ് എന്നിവയിൽ പുരോഗതി അനുഭവപ്പെട്ടു. ഒരുപക്ഷേ സ്വാധിഷ്ഠാനചക്രത്തെ ഉത്തേജിപ്പിക്കുന്ന ക്ഷേത്രങ്ങൾ മെച്ചപ്പെട്ട ആരോഗ്യം പ്രദാനം ചെയ്യാനിടയാക്കുന്നതിന് - പ്രത്യേകിച്ച് സ്ത്രീകൾക്കും അവരുടെ

ആർത്തവചക്രങ്ങൾക്കും - കാരണം പറയുകയാണെങ്കിൽ, ഈ ചക്രം ഉത്പ്പാദനക്ഷമതയേയും വിസർജ്ജകരീതിയേയും ബാധിക്കുന്നുവെന്നതാണ്. അപാനവായുവിന്റെ തുലനമില്ലായ്മ ഇവിടെ പരിഹൃതമാകുന്നതിന്റെ ഫലമായി ദഹനവ്യവസ്ഥ പുതുക്കപ്പെടുകയും ചെയ്യുന്നു.

ഭക്തിപ്രാധാന്യം

തീർത്ഥം കൊണ്ടുമാത്രമുള്ള പാമ്പുകടിയുടെ ചികിത്സക്ക് പേരു കേട്ടതാണ് ഈ ക്ഷേത്രം. പാമ്പുകടിയേറ്റാൽ ആരായാലും അവരെ പരിചരിക്കാൻ പുരോഹിതൻ ഇരുപത്തിനാലു മണിക്കൂറും സജ്ജമാണ്. ഈ പ്രദേശത്ത് മാരകമായ പാമ്പുകടിയിൽ നിന്നും രക്ഷപ്പെട്ടവരുടെ കഥകൾ ധാരാളമാണ്. അയ്യപ്പ ഭക്തർ പഴയ കാലത്ത് കുറ്റിക്കാട്ടിലൂടെ വിഷമേറിയ കീടങ്ങളുടെയും പാമ്പുകളുടെയും ദംശനമേറ്റ് യാത്ര ചെയ്തിരുന്ന കാലത്ത് ഈ ക്ഷേത്രത്തിനു വളരെയേറെ പ്രാധാന്യം ഉണ്ടായിരുന്നിരിക്കണം. വ്യക്തിപരമായി ഒന്നു വിഷമുക്തമായെന്ന തോന്നലാണ് എനിക്കുണ്ടായത്.

സ്വാധിഷ്ഠാനചക്രത്തിന്റെ പ്രാധാന്യം

സ്വാധിഷ്ഠാനചക്രത്തെ ആരോഗ്യ സംരക്ഷണത്തിന്റെയും ഐശ്വര്യത്തിന്റെയും ഇരിപ്പിടമായാണ് കണക്കാക്കുന്നത്. ഈ ചക്രത്തിന്റെ അധിപനായ ദേവൻ സൃഷ്ടിയെ നിലനിർത്തുന്ന യൌവനയുക്തനായ മഹാവിഷ്ണുവാണ്. ഇവിടത്തെ ശക്തിയുടെ ദേവിയായ രാകിണിയെ മഹാവിഷ്ണുവിന്റെ സഹചാരിണിയായ മഹാലക്ഷ്മിയുടെ രൂപമായി കണക്കാക്കുന്നു. വിഷ്ണുവിന്റെയും ലക്ഷ്മിയുടെയും സാന്നിദ്ധ്യമാണ് സ്വാധിഷ്ഠാനചക്രത്തിലെ നന്മകളെ ഉണർത്തി ഇവിടെ ആരോഗ്യവും, ഐശ്വര്യവും, ക്ഷേമവും കൊണ്ടുവരുന്നതും അച്ചൻകോവിൽ ക്ഷേത്രത്തിലെ ചൈതന്യത്തെ വ്യാപിപ്പിക്കുന്നതും.

ആത്മീയപരമായി, സ്വാധിഷ്ഠാനചക്രത്തിൽ ധ്യാനമഗ്നനാകുന്നത് മനസ്സിന്റെ ആറ് ശത്രുക്കളായ കാമം, ക്രോധം, ലോഭം, മോഹം, മദം, മത്സരം എന്നിവയെ നീക്കാൻ സഹായിക്കും. മനസ്സിന്റെ ഈ സുഖപ്പെടൽ നിവൃത്തിമാർഗ്ഗത്തിലെ സ്വാധിഷ്ഠാനചക്രവുമായി ബന്ധപ്പെട്ടിരിക്കുന്നു.

അയ്യപ്പഭക്തർക്ക് അച്ചൻകോവിൽ ദുർഘടമായ യാത്രയിലെ അസുഖങ്ങൾ മാറുന്നതിനും മനസ്സിന്റെ ശത്രുക്കളെ തുരത്തിയോടിക്കുന്നതിനും

സഹായകമാണ്. മനസ്സും ശരീരവും ഒരുപോലെ ഉന്മേഷം കൈക്കൊള്ളുമ്പോൾ അവർക്ക് തങ്ങളുടെ അടുത്ത ലക്ഷ്യത്തിലേക്ക് നീങ്ങാനാകും.

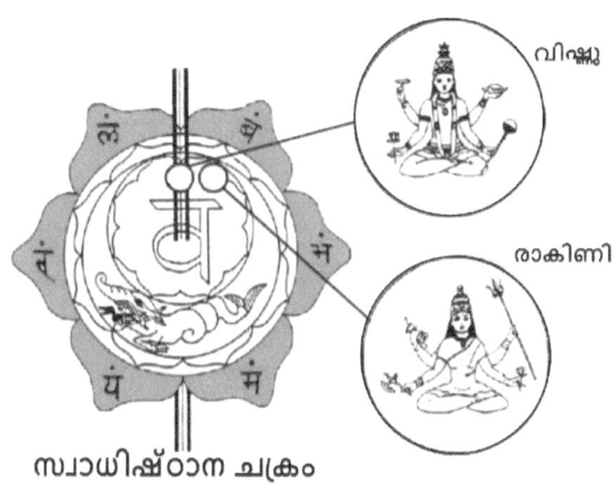

ചിത്രം-8: സ്വാധിഷ്ഠാനചക്രം

(അടിസ്ഥാനം: സ്വാമി ശിവാനന്ദ രാധ. കുണ്ഡലിനി യോഗ ഫോർ ദ് വെസ്റ്റ്, പകർപ്പവകാശം 2005ടൈംലെസ്സ്ബുക്സ്)

അദ്ധ്യായം 5
ആര്യങ്കാവ് ശ്രീധർമ്മശാസ്താക്ഷേത്രം- മണിപൂരകചക്രം

ആര്യങ്കാവ് ശ്രീധർമ്മശാസ്താക്ഷേത്രം എനിക്ക് ആഴമേറിയ അനുഭവമേകി. എന്റെ സന്ദർശനം കഴിഞ്ഞ് രണ്ടുമാസത്തിനുശേഷം ഇതെഴുതുമ്പോഴും എനിക്കത് അനുഭവിക്കാനാകുന്നുണ്ട്. പക്ഷേ അത് അനായാസമാർന്നതോ ഋജുവായതോ ആയിരുന്നില്ല. ആര്യങ്കാവിൽ ഒന്നും തന്നെ അങ്ങിനെയായിരുന്നില്ല. അതിനാൽ അത്രയ്ക്കും നേരിട്ടല്ലാത്ത എന്റെ വിവരണത്തിനു ക്ഷമിക്കണം, എന്തെന്നാൽ അങ്ങനെയാണത് സംഭവിച്ചതും. വിഘ്നങ്ങൾ, നിശ്ചയദാർഢ്യം, ഒടുവിൽ ആഴമുള്ള ശാന്തത ഇവിടെ ഒരാൾക്ക് അനുഭവിക്കാനാകും. ചിലപ്പോൾ, എല്ലാം ഒരേ സമയത്തിൽ; ചിലപ്പോൾ, എന്നെന്നേക്കുമായി.

വിഘ്നങ്ങൾ

അച്ചൻകോവിലിൽ നിന്നും അടുത്ത ക്ഷേത്രമായ ആര്യങ്കാവിൽ ഞങ്ങൾ എത്തിയപ്പോൾ

(ഏതാണ്ട് 40 കിലോമീറ്റർ ദൂരെ) ഉച്ച മയങ്ങിയിരുന്നതിനാൽ ക്ഷേത്രം വൈകീട്ട് വരെ അടച്ച സ്ഥിതിയിലായിരുന്നു. അതുകൊണ്ട് ഞങ്ങൾ ക്ഷേത്രത്തിനു ചുറ്റുമുള്ള തുറന്നയിടങ്ങളിൽ കുറച്ചുനേരം തങ്ങുകയും കൌതുകം പൂണ്ട് അടച്ചിട്ട ജാലകങ്ങളിലൂടെ ഉള്ളിലേക്ക് എത്തിനോക്കുകയും ചെയ്തു. ആ സ്ഥലം ഒരു വിവാഹഹാളിനെപ്പോലെയുണ്ടെന്നതിനെപ്പറ്റി സംസാരിക്കുന്നതിനിടയിൽ കടന്നുവന്ന ഒരു മയിൽ തന്റെ മനോഹരമായ ചിറകുകൾ പ്രദർശിപ്പിച്ച് ക്ഷേത്രത്തിന്റെ മുകളിലേക്ക് പറന്നുയർന്ന് ഞങ്ങളുടെ ശ്രദ്ധയെ വ്യതിചലിപ്പിച്ചു. അപ്പോൾ എനിക്ക് പെട്ടെന്ന് ആർത്തവസമയത്തെന്നപോലെ വയറുവേദന പതിവില്ലാത്തവിധം അനുഭപ്പെട്ടത് അസാധാരണമായിത്തോന്നി. കൂടാതെ എന്റെ അടുത്ത ആർത്തവത്തിന് ഏതാനും ദിവസങ്ങൾ കൂടി കടന്നു പോകണമായിരുന്നു. ഞാൻ കഴിച്ച എന്തെങ്കിലും ഭക്ഷണമായിരിയ്ക്കാം കാരണമെന്ന് കരുതി ഞങ്ങൾ തിരിച്ചുപോകാനും വൈകീട്ട് ക്ഷേത്രത്തിൽ തിരികെയെത്താനും തീരുമാനിച്ചു.

പക്ഷെ പിന്നീടു സംഭവിച്ച അസാധാരണമായ സംഭവങ്ങൾ നോക്കൂ. അടുത്തു തന്നെയുള്ള ഒരു വിനോദസഞ്ചാരകേന്ദ്രത്തിൽ സമയം

കളയാനായി പോയപ്പോൾ വൈജയന്തി ചെറുതായൊന്ന് വീഴുകയും അവർക്ക് കണങ്കാലിലും, മുട്ടിനു താഴെ പുറംകാലിലും പരിക്കേൽക്കുകയും ചെയ്തു. അതിനാൽ ഞങ്ങൾ ക്ഷേത്രദർശനം തത്ക്കാലം വേണ്ടെന്നുവെയ്ക്കുകയും നൂറുകിലോമീറ്റർ അകലെയുള്ള ഞങ്ങൾ താമസിക്കുന്ന തിരുനെൽവേലിയിലെ ഹോട്ടലിലേക്ക് മടങ്ങാൻ തീരുമാനിക്കുകയും ചെയ്തു. സത്യത്തിൽ വൈജയന്തിയുടെ കാൽ നീരുവന്ന് വീർത്തതിനാലും രാത്രി മുഴുവനും വേദനയാൽ കഷ്ടപ്പെട്ടതിനാലും ദർശനത്തിനായി തിരികെപോകാനാവില്ലെന്നു തന്നെ ഞങ്ങൾ കരുതി. കൂടാതെ മുൻപ് അവിടെ വച്ച് എനിക്കുണ്ടായ വയറുവേദന ഉള്ളിന്റെയുള്ളിലായി എന്നെ അൽപ്പം സംശയാലുവാക്കുകയും ചെയ്തു. എന്റെ ശങ്കക്ക് മാറ്റുകൂട്ടുവാനുള്ള മറ്റൊരു കാരണം ശബരിമലയിലേയെന്നപോലെ ഇവിടെയും പത്തുമുതൽ അമ്പതുവയസ്സുവരെയുള്ള സ്ത്രീകൾക്ക് ക്ഷേത്രപ്രവേശനത്തിന് വിലക്കുണ്ടായിരുന്നു എന്നതാണ്. പക്ഷേ ഇവിടെ സ്ത്രീകൾക്ക് ആരാധനാസ്ഥലത്തുനിന്നും പത്തടിയെങ്കിലും ദൂരെ നമസ്ക്കാരമണ്ഡപമെന്ന സ്ഥലത്ത് മാറിനിന്ന് ഭഗവാനെ ദർശിക്കാം. അതിനാൽ എനിക്കെന്തായാലും ദർശനം സാധ്യമല്ലാത്തനിലക്ക് വൈജയന്തിയും

ഭാസ്കറും ഇത്രയധികം കഷ്ടപ്പാടുകളെല്ലാം സഹിച്ച് അടുത്ത ദിവസം തിരിച്ച് ഒരു ദർശനത്തിനായി പോകേണ്ടതുണ്ടോ എന്ന കാര്യത്തിൽ ഞങ്ങൾ സന്ദേഹിച്ചു. അച്ചൻകോവിലിൽ ഉണ്ടായതിൽനിന്നും വ്യത്യസ്തമായി ഇവിടെ ഞങ്ങളുടെ ആദ്യാനുഭവം സ്വാഗതാർഹമായി തോന്നിയില്ല.

പക്ഷേ ഇങ്ങനെ കടമ്പകൾ സൃഷ്ടിച്ച് നമ്മൾ പോകണമോ വേണ്ടയോ എന്ന സംശയാവസ്ഥയിൽ കൊണ്ടെത്തിക്കുന്നത് ഈ സ്ഥലത്തിന്റെ പ്രത്യേകതയാണെന്ന് ഒരു ബോധോദയമുണ്ടായ പോലെ ഭാസ്കർ പറഞ്ഞതാണ് വളരെ രസകരമായിത്തോന്നിയത്. ആ വെളിപാടുണ്ടായപ്പോൾ ഞങ്ങൾ അടുത്ത ദിവസം തന്നെ തിരിച്ചു പോയി ദർശനം നടത്താനും ദൌർഭാഗ്യത്തിന്റെ ഊരാക്കുടുക്കിൽ നിന്നും പുറത്തുചാടാനും തീരുമാനിച്ചു.

നിശ്ചയദാർഢ്യം

യാതൊരു തീരുമാനവുമെടുക്കാനാകാതെ രാത്രി കഴിഞ്ഞുകൂടിയെങ്കിലും അടുത്തദിവസം ആ ക്ഷേത്രത്തെക്കുറിച്ചുള്ള എല്ലാക്കാര്യവും അറിയാനായി പോയിക്കാണാൻ തന്നെ ഞങ്ങൾ തീരുമാനിച്ചു. വയറുവേദന ഉണ്ടാകാതിരിക്കാനായി വെറുംവയറോടെ ഭക്ഷണമൊന്നും കഴിക്കാതിരിക്കാൻ ഞാൻ

ശ്രദ്ധിച്ചിരുന്നു. ഞങ്ങൾ മൂന്നുപേരിൽ പ്രായം കൊണ്ട് മൂത്തതായ വൈജയന്തി തന്നെയായിരുന്നു സാഹസികതയിലും മുൻപന്തിയിൽ. വേദനാസംഹാരിയായ ക്രീമുകൾ പുരട്ടി ഒരു ക്രേപ്പ് ബാൻഡേജുമിട്ട് മുടന്തിക്കൊണ്ട് ഞങ്ങൾക്കൊപ്പം കൂടാൻ അവരും തീരുമാനിച്ചു. ഈ ക്ഷേത്രത്തിൽ എത്തിച്ചേരണമെങ്കിലോ സമനിരപ്പിൽ നിന്നും മുപ്പത്തിയഞ്ചടി താഴെയായതിനാൽ കുത്തനെയുള്ള പടികളിറങ്ങി വേണം താനും. പക്ഷേ തിരിച്ചുപോകണമെന്ന കാര്യത്തിൽ ഉറച്ച തീരുമാനമെടുത്തതുമുതൽ അക്ഷരാർത്ഥത്തിൽ പുതിയ വഴികൾ തുറക്കപ്പെടുകയായിരുന്നു. തലേ ദിവസം ഞങ്ങളുടെ ശ്രദ്ധയിൽപ്പെടാതിരുന്ന മറ്റൊരു പ്രവേശനദ്വാരത്തിലൂടെയുള്ള ചരിവായി നിർമ്മിച്ച പാത വൈജയന്തിയ്ക്ക് ഇറക്കം എളുപ്പമാകാൻ കാരണമായി. തലേ ദിവസത്തിൽ നിന്നും തീർത്തും വിപരീതമായി ഇങ്ങനെ ആദ്യ പ്രതിബന്ധം അനായാസം തുടച്ചുമാറ്റപ്പെടുകയായിരുന്നു.

ആഴമുള്ള ശാന്തത

വൈജയന്തിയും ഭാസ്കറും ദർശനത്തിന്നായി ക്ഷേത്രത്തിന്നകത്ത് പോകുമ്പോൾ,

പ്രവേശനത്തിനുള്ള എന്റെ അയോഗ്യതയെ വെളിപ്പെടുത്തി നമസ്ക്കാരമണ്ഡപത്തിൽ നിലയുറപ്പിക്കാനായിരുന്നു എന്റെ ഉദ്ദേശ്യം. അവർ തിരിച്ചെത്തുന്നതുവരെ അവിടെയൊക്കെയായി കാത്തുനിൽക്കാമെന്നായിരുന്നു വിചാരിച്ചത്. പക്ഷേ നല്ല രീതിയിൽ ദർശനം കിട്ടാനായി നമസ്ക്കാരമണ്ഡപത്തിന്റെ പ്രവേശനദ്വാരത്തിന്നടുത്തേക്ക് വരാൻ പൂജാരി എന്നെ ക്ഷണിച്ചു. എന്നെക്കൂടാതെ അപ്പോഴവിടെ മൂന്നു നാല് സ്ത്രീകൾ മാത്രമേ ഉണ്ടായിരുന്നുള്ളൂ. ഞാൻ നിൽക്കുന്ന സ്ഥലത്തുനിന്നും എനിക്ക് ഭഗവാനെ തേജസ്സാർന്നവിധം കാണാമായിരുന്നു. കണ്ണുകൾ അടച്ച് പ്രാർത്ഥനാരൂപത്തിൽ കൈകൾ ഉയർത്താൻ എന്തോ എന്നെ ശക്തമായി ഉദ്ബോധിച്ചതായിത്തോന്നി. അസാധാരണമായി ഞാനെത്രമാത്രം ആഴത്തിൽ പരവശയായെന്ന് എനിക്ക് കണക്കാക്കാനായില്ല. യാന്ത്രികമായി ഒരു ചിന്ത എന്റെ മനസ്സിലേയ്ക്കെത്തി - 'ഭഗവാനേ, നീ എന്താണെന്ന് ഞാൻ അറിയട്ടെ!'

ഏതാനും നിമിഷങ്ങൾക്ക് ശേഷം, തീർത്ഥം തരുന്നതിന് പൂജാരി തോണ്ടിവിളിച്ചപ്പോഴാണ് ഞാൻ കണ്ണുകൾ തുറക്കാനിടയായത്. ഭാസ്കറും വൈജയന്തിയും തിരിച്ചെത്തിയപ്പോൾ ഞങ്ങൾ പരസ്പ്പരം അർത്ഥഗർഭമായി നോക്കി.

ഇവിടത്തെ മൂർത്തിയുടെ അസാധാരണമായ ആകർഷണശക്തി കൂടുതലായി അനുഭവിക്കുന്നതിനായി ഞങ്ങൾ അവിടെ അൽപ്പനേരം ഇരിക്കാൻ തീരുമാനിച്ചു. നിശ്ശബ്ദതയിൽ ഇരുന്ന് നിമിഷങ്ങൾക്കകം പ്രതീക്ഷിക്കാത്തവിധം കണ്ണുനനഞ്ഞ് ഞാൻ വീർപ്പുമുട്ടി. അതേ സമയം എന്നിൽ പുഞ്ചിരി വിടർന്നു. ഈ അനുഭവം തികച്ചും വ്യക്തിപരവും വാക്കുകളാൽ വിവരിക്കാൻ കഴിയാത്തതുമാണ്. ഏറെ സ്നേഹിക്കുന്ന ഒരു വ്യക്തിയുമായി തീവ്രമായ അടുപ്പം പങ്കിടുന്നതുപോലെയായിരുന്നു അത് എനിക്കനുഭവപ്പെട്ടത്. അവിടെ വെറുതെ നിൽക്കാൻ ഞാൻ മോഹിച്ചെങ്കിലും ഇനിയുംകൂടുതൽ സമയം ഞാനവിടെ ചിലവഴിച്ചാൽ എനിക്ക് തിരിച്ചുപോകാനേ മോഹമുണ്ടാകില്ലെന്ന് അവബോധപൂർവ്വം എനിക്കു മനസ്സിലാക്കാനായി.

മീരക്ക് കൃഷ്ണനോടുള്ള അല്ലെങ്കിൽ അക്കാ മഹാദേവിയ്ക്ക് പരമശിവനോടുള്ള ഭക്തിയേയും ഗാഢ സ്നേഹത്തേയും കുറിച്ച് സംസാരിക്കുമ്പോൾ നമ്മൾ എന്താണ് ഉദ്ദേശിക്കുന്നതെന്ന് എനിക്ക് പെട്ടെന്ന് ആ സമയത്ത് മനസ്സിലാക്കാൻ കഴിഞ്ഞു. ഇതാണ് സ്ത്രീകളുടെ ശരീരങ്ങൾക്ക് അനുഭവിച്ചറിയാൻ പ്രാപ്തിയുള്ളവ. ഈ ആകർഷണത്തിന്റെ

വലിവ് ഏതുതരത്തിലാണെന്ന് പറയുകയാണെങ്കിൽ സർവ്വവും വിട്ടെറിഞ്ഞ് ഈ ഭക്തിയുടെ ഭാവത്തിൽ മുഴുകുകയെന്നത് വളരെ അനായാസമായ ഒന്നായി മാറുമെന്നതാണത്.

അടുത്ത ഏതാനും ദിവസങ്ങളിൽ ഇതു തന്നെ മാത്രമേ എനിക്ക് ചിന്തിയ്ക്കാനായുള്ളൂ. ഓരോ പ്രാവശ്യവും ചിന്തിക്കുമ്പോൾ അതേ അനുഭവം എനിക്കു വീണ്ടും ലഭ്യമാകുകയും ചെയ്തു.

കുറച്ചു ദിവസങ്ങൾക്കു ശേഷം കോയമ്പത്തൂരിൽ വച്ച് അരവിന്ദ്ജിയെ നേരിൽക്കാണാൻ എനിക്കും ഭാസ്കറിനും അവസരമുണ്ടായി. ആര്യങ്കാവിലെ എന്റെ അനുഭവം വിവരിച്ചപ്പോൾ ഞാൻ വീണ്ടും കണ്ണീരൊഴുക്കാൻ തുടങ്ങി. ഭാഗ്യത്തിന് ഇത്തരം കാര്യങ്ങളെക്കുറിച്ച് അവഗാഹം ഉള്ള ആളാകയാൽ അദ്ദേഹത്തിന് അതിന്റെ അർത്ഥം മനസ്സിലാക്കാനാകുകയും ആര്യങ്കാവിന് വിശദീകരിക്കാനാവാത്തതും നമ്മെ ശക്തമായി കീഴടക്കുന്നതുമായ ശക്തിവിശേഷമുണ്ടെന്ന് സമ്മതിക്കുകയും ചെയ്തു. ഭാസ്കറും അരവിന്ദ്ജിയും ചർച്ച ചെയ്തതുപോലെ പുരുഷന്മാർക്കും ഈ സ്ഥലത്തിന്റെ ശക്തിയേറിയ സ്വാധീനം അനുഭവപ്പെടുമെങ്കിലും എനിക്കു തോന്നിയത് സ്ത്രീകളിൽ അത് ഏതുവിധത്തിലോ വ്യത്യസ്തവും കൂടുതൽ വ്യക്തിപരവുമാണെന്നാണ്.

ഈ സന്ദർശനത്തിനു ശേഷം എന്തെങ്കിലും ജോലി ചെയ്യുന്നതിനോ ശ്രദ്ധിക്കുന്നതിനോ വേണ്ട ഉത്സാഹം എനിക്കു നഷ്ടപ്പെട്ടു. ഈ പുസ്തകം എഴുതാനും, ഞാനേറെ ആസ്വദിക്കുന്നതായിട്ടുകൂടി, ബുദ്ധിമുട്ടു നേരിട്ടു. എന്റെ മനസ്സ് എന്തെങ്കിലും കാരണമുണ്ടാക്കി എതെങ്കിലും വിധത്തിൽ ആര്യങ്കാവിലേക്ക് തിരിച്ചുപോകുന്നതിനുള്ള വഴികൾ കണ്ടെത്താൻ ശ്രമിച്ചുതുടങ്ങി. ആ ക്ഷേത്രത്തിന്നടുത്തായി എന്തെങ്കിലും ജോലി കണ്ടെത്തി എന്റെ വാസം അങ്ങോട്ടു മാറ്റിയാലോ എന്നുവരെ ഞാൻ പര്യാലോചിച്ചു. മനസ്സിന്റെ കളികൾ ഇത്തരത്തിലൊക്കെയാണ്!

പിന്നീട് ഒരു ചിന്ത കടന്നുവന്നു - ഇതെനിക്ക് സംഭവിക്കാമെങ്കിൽ, അതും നല്ല അവബോധം ഉണ്ടായിട്ടു കൂടി, മറ്റു സ്ത്രീകളെ ഇതെങ്ങിനെ ബാധിച്ചു കാണണം? അവരുടെ കുടുംബ ജീവിതത്തെ അതെങ്ങനെ ബാധിച്ചു കാണണം, ഒരു അമ്മ എന്ന നിലയിൽ, ഒരു ഭാര്യ എന്ന നിലയിൽ... സങ്കൽപ്പിച്ചു നോക്കൂ.

ഐതിഹ്യം

ഞങ്ങൾ അരവിന്ദ്ജിയുമായി ഇവിടെ നടന്ന കാര്യങ്ങളെക്കുറിച്ച് ചർച്ച നടത്തുന്നതിനിടയിൽ അദ്ദേഹം സൌരാഷ്ട്രയിൽ നിന്നുമുള്ള ഒരു വ്യാപാരിയുടെ മകൾ തന്റെ അച്ഛൻ വ്യാപാര

സംബന്ധമായി ഈ ഭാഗത്ത് വന്നപ്പോൾ കൂടെ വന്നതിന്റെ ഐതിഹ്യം ഓർത്തെടുത്തു പറഞ്ഞു. ആ പെൺകുട്ടി ഇവിടത്തെ ക്ഷേത്രത്തിലെ ദേവതയിൽ ഒറ്റ നോട്ടത്തിൽ ആകർഷിതയാകുകയും തന്റെ പിതാവ് വ്യാപാര സംബന്ധമായ ജോലിതീർത്ത് വരുന്നതുവരെ ക്ഷേത്രത്തിൽ കഴിഞ്ഞുകൂടാൻ അദ്ദേഹത്തോട് അനുവാദം ചോദിക്കുകയും ചെയ്തു. തന്റെ ജോലി അവസാനിപ്പിച്ച് മടങ്ങുകയായിരുന്ന ആ പിതാവിനെ ഒരു കാട്ടാന അകലേക്കോടിച്ചു. പെട്ടെന്ന് ഒരു വേടൻ അവിടെയെത്തുകയും ആനയെ തുരത്തിയോടിക്കുകയും ചെയ്തു. സംതൃപ്തനായ വ്യാപാരി വേടന് ഒരു സിൽക് ഷാൾ സമ്മാനമായി നൽകി. പകരമായി വ്യാപാരിയോട് അദ്ദേഹത്തിന്റെ മകളെ തനിക്ക് വിവാഹം ചെയ്തു തരാമോ എന്ന് വേടൻ ചോദിച്ചു. വ്യാപാരി ഉടനെ സമ്മതിക്കുകയും അടുത്ത ദിവസം ആര്യങ്കാവിൽ വച്ചു കാണാമെന്ന് വേടൻ വാക്കു കൊടുക്കുകയും ചെയ്തു.

പക്ഷേ വ്യാപാരിയുടെ മകളുടെ ശാസ്താവിനോടുള്ള പ്രേമത്തിന്റെ തീക്ഷ്ണതയാൽ അച്ഛൻ തിരിച്ചെത്തിയപ്പോൾ മകൾക്ക് പകരം മകളുടെ വിഗ്രഹമാണ് ശാസ്താവിന്റെ വിഗ്രഹത്തിനു സമീപമായി

കാണപ്പെട്ടത്. അവൾ ശാസ്താവിൽ ലയിച്ചുകഴിഞ്ഞിരുന്നു. തലേ ദിവസം വ്യാപാരി വേടന് സമ്മാനമായിക്കൊടുത്ത സിൽക്ക് ഷാൾ ആയിരുന്നു വിഗ്രഹത്തിൽ അപ്പോൾ ചാർത്തിയിരുന്നത്. വേടൻ മറ്റാരുമല്ല, ശാസ്താവ് തന്നെയാണെന്നും വ്യാപാരിയുടെ മകളെ അദ്ദേഹം സ്വീകരിച്ചു എന്നും ഇതിനാലെ വെളിപ്പെട്ടു. ക്ഷേത്രത്തിലെ ചിത്രത്തിൽ അവളെ ശാസ്താവിന് ഇടതുവശത്തായി കാണാമെങ്കിലും വിഗ്രഹത്തിനൊപ്പം അവളെ കാണാനാകില്ല. ശ്രീകോവിലിൽ അദ്ദേഹത്തെ സമീപിക്കുന്നവർക്ക് എന്താണു സംഭവിക്കാൻ പോകുന്നത് എന്നറിഞ്ഞ ഭാവത്തിൽ ഒരു ചെറുചിരിയോടെ ബ്രഹ്മചാരിയെപ്പോലെയാണ് ശാസ്താവ് ഇരിക്കുന്നത്.

ഇപ്പോഴും ഈ പെൺകുട്ടിയുമായുള്ള ദേവന്റെ വിവാഹം ആഘോഷിക്കപ്പെടുന്നതിനാലാണ് ഈ ക്ഷേത്രം ഒരു വിവാഹമണ്ഡപം പോലെ പണി കഴിപ്പിച്ചിരിക്കുന്നത്. സൌരാഷ്ട്രയിൽ നിന്നും വധുവിന്റെ ആളുകളെന്ന നിലയിൽ ഒരുപറ്റം പേർ വന്നെത്തുകയും അവരെ വരന്റെ കൂട്ടരായ ക്ഷേത്രാധികാരികൾ സ്വീകരിച്ചാനയിക്കുകയും ചെയ്യുന്നു. പക്ഷേ ആഘോഷങ്ങൾ എപ്പോഴും അവസാനിക്കുന്നത് വരൻ താൻ വിവാഹം ചെയ്കയില്ല,

പരിത്യാഗത്തിന്റെ പാത തിരഞ്ഞെടുത്ത് ബ്രഹ്മചര്യം പാലിക്കുമെന്ന തീരുമാനമെടുത്താണ്. അരവിന്ദ്ജിയുടെ അഭിപ്രായത്തിൽ ഇവിടെ കല്യാണം എന്നത് ഭൗതികമായ വിവാഹമല്ല, ഭക്തയും ദേവനുമായുള്ള കൂടിച്ചേരലാണ്.

ഈ കഥ ഞങ്ങൾ ആര്യങ്കാവ് സന്ദർശിക്കാൻ ആഗ്രഹിച്ചപ്പോൾ ഞങ്ങൾക്ക് നേരിടേണ്ടി വന്ന മനോവിഭ്രാന്തിയെ ഓർമ്മിപ്പിച്ചു. ചിലപ്പോൾ അയ്യപ്പഭക്തർക്കും ഇവിടെ വന്നെത്തുകയെന്നത് എളുപ്പമാകണമെന്നില്ല. അവർക്ക് മനസ്സിനെ അതിനായി ഒരുക്കുകയും തങ്ങളുടെ തീരുമാനത്തിൽ ഉറച്ച് നിൽക്കുകയും വേണം. ഭാസ്കർ പ്രസ്താവിച്ചതുപോലെ ഈ സ്ഥലത്തിന് പുരുഷന്മാരിലും ശക്തിയായ ഒരു ആകർഷണം ഉള്ളതിനാൽ ദേവനുമായി സമ്പർക്കമുണ്ടാകുമ്പോൾ അതവരെ പരിത്യാഗത്തിന്റെ പാതയിലേക്ക് ആനയിക്കുന്നു. ഒരിക്കൽ നമ്മൾ ഇവിടെ വന്നാൽ വൈരാഗ്യം എളുപ്പമാകുകയും സുഖലോലുപമായ ജീവിതത്തിലേക്കുള്ള വലി കുറയുകയും ചെയ്യും. ഇങ്ങനെയാണ് ആര്യങ്കാവ് ബ്രഹ്മചര്യത്തിന്റെ പാതയിൽ അയ്യപ്പഭക്തരെ സഹായിക്കുന്നതും അവരെ ശബരിമല കയറാൻ സന്നദ്ധരാക്കുന്നതും.

ചിത്രം-3 ആര്യങ്കാവിലെ ശാസ്താവ്

(ചിത്രത്തിനു കടപ്പാട്: വി. അരവിന്ദ് സുബ്രഹ്മണ്യം)

സ്ത്രീകളിലുള്ള പ്രഭാവം

സ്ത്രീകൾക്ക് ദേവനുമായുള്ള ലയനമാണ് ഈ സ്ഥലത്തിന്റെ ചൈതന്യത്തെ വ്യാപിപ്പിക്കുന്നത്. ഇത് ഇത്ര വിശദമായി ഇവിടെ വിവരിക്കുന്നതിനുള്ള കാരണം അവരുടെ മാനസികവും ഭൌതികവുമായ ആരോഗ്യത്തെ അതെങ്ങനെ ബാധിക്കുമെന്നവർ അറിഞ്ഞിരിക്കേണ്ടതിനാലാണ്. വികാരപരമായി സ്ത്രീകൾ കുടുംബ കാര്യങ്ങളിൽ നിന്നും ഐഹികകാര്യങ്ങളിൽനിന്നും ഒക്കെ ഒരു തരം നിസ്സംഗത്വം ശീലമാക്കും. ഒരുപക്ഷേ ഇതുകൊണ്ടായിരിക്കാം ആർത്തവദശ കഴിഞ്ഞും ശബരിമലക്ക് പോകാനാഗ്രഹിക്കുന്ന അയ്യപ്പഭക്തകൾക്ക് ദീക്ഷ നൽകുന്നത് അവരുടെ ഭർത്താക്കന്മാർ തന്നെയാകണമെന്ന് വച്ചിട്ടുള്ളത്. ഒരു ഗുരുവിനു പോലും അവർക്ക് ദീക്ഷ നൽകാൻ അനുവാദമില്ല. ഈ സമ്പ്രദായം പിന്തുടരുന്നത് ഭാര്യ ഇനി തന്നെയോ തന്റെ കുടുംബത്തെയോ അല്ല സേവിക്കുക, പകരം സ്വാമി അയ്യപ്പനെയാണ് എന്ന കാര്യം ഭർത്താവ് മനസ്സിലാക്കി അവളുടെ ആ പാത പിന്തുടരാനുള്ള ആഗ്രഹത്തിന് സമ്മതമേകുന്നെന്ന് ഉറപ്പുവരുത്താനാണ്.

ശാരീരികമായി ഇത്തരം ഇടങ്ങൾ ആർത്തവത്തേയും ഉത്പ്പാദനശേഷിയേയും

പ്രതികൂലമായി ബാധിക്കുന്നു. എന്റെ അടുത്ത ആർത്തവകാലം ഒരാഴ്ച്ച കഴിഞ്ഞ് പതിവുപ്രകാരം തന്നെ വന്നെങ്കിലും ആദ്യമായി ഞാൻ ആര്യങ്കാവ് ക്ഷേത്രം സന്ദർശിച്ചപ്പോഴുണ്ടായ വയറുവേദന എനിക്കനുഭവപ്പെട്ടു. എന്റെ ശരീരം ആ അനുഭവത്തിനു പ്രതികരിക്കുന്നത് ഒഴിവാക്കാൻ ഞാൻ ആ സ്ഥലത്തെക്കുറിച്ച് ഓർക്കാതിരിക്കാൻ ശ്രമിച്ചു. എന്റെ ദേഹം ആർത്തവപ്രക്രിയയെ എതിർക്കുംവിധമായിരുന്നു എന്റെ അനുഭവം.

മണിപൂര(ക) ചക്രത്തിന്റെ പ്രാധാന്യം

പ്രവൃത്തി മാർഗ്ഗം പിന്തുടരുന്നവർക്ക് മണിപൂര(ക)ചക്രം ഈ ചക്രത്തിൽ വസിക്കുന്ന ദേവി ലാകിനിയെ ഉണർത്തും. ഈ ദേവി എല്ലാവരുടെയും അഭ്യുദയകാംക്ഷിയാണ്. ഈ ചക്രത്തിൽ ദേവിയെ ധ്യാനിച്ചാൽ ഭൌതികമായ വിജയം, ശക്തി, അഭിലാഷം എന്നിവ പ്രകടമാകും. പക്ഷേ നിവൃത്തി മാർഗ്ഗത്തിൽ ഇത് മറുഭാഗത്തേയ്ക്ക് കടക്കുന്നതിനുള്ള ആദ്യത്തെ പടി ആയിരിക്കും.

മണിപൂരകചക്രത്തിൽ അധിവസിക്കുന്ന ദേവൻ രുദ്രനാണ്. സാധാരണയായി രുദ്രനെ ഭീകരമായ ഗുണങ്ങളോടുകൂടിയവനായാണ് വിശേഷിപ്പിക്കുന്നതെങ്കിലും,

ഷഡ്ചക്രനിരൂപണത്തിൽ വെളുത്ത ഭസ്മം പൂശിയ ഒരു പുരാതന ഋഷിയെപ്പോലെയാണ് വിശദീകരിച്ചിരിക്കുന്നത്. സൃഷ്ടിയുടെ നാശകനായിട്ടാണ് അദ്ദേഹം അറിയപ്പെടുന്നത്. ഇവിടെ ഒരു ഋഷിയെപ്പോലുള്ള രുദ്രന്റെ സാന്നിദ്ധ്യം സൂചിപ്പിക്കുന്നത് ജനങ്ങൾ നിവൃത്തിമാർഗ്ഗമാണ് തിരഞ്ഞെടുക്കുന്നതെങ്കിൽ അവർ വൈരാഗ്യത്തിന്റെ പാതയിൽ നയിക്കപ്പെടും എന്നാണ്. മണിപൂരകചക്രത്തിലാണ് ഈ മാറ്റം ആരംഭിക്കുന്നത്.

എന്നെസ്സംബന്ധിച്ചിടത്തോളം ആര്യങ്കാവിലെ അനുഭവം ശബരിമലയിലേക്ക് ആർത്തവപ്രായത്തിലുള്ള സ്ത്രീകൾ പ്രവേശിക്കുന്നതിനെ എന്തുകൊണ്ട് നിരുത്സാഹപ്പെടുത്തുന്നുവെന്നതിന് നല്ലൊരു ഉൾക്കാഴ്ച്ച ലഭിക്കാൻ സഹായകമായി. ആർത്തവമെന്ന സംഭവം സൃഷ്ടിയുടെ നൈസർഗ്ഗികമായ പദ്ധതിയാണ്. പക്ഷെ ആദ്ധ്യാത്മികതയുടെ വഴി കണ്ടെത്തി മുക്തി നേടാൻ ജന്മ - പുനർജന്മങ്ങളുടെ പരിവൃത്തി തകർക്കേണ്ടതായി വരുന്നു. അതുകൊണ്ട് ആർത്തവമുണ്ടാകുന്ന പ്രായത്തിലെ സ്ത്രീകൾക്ക് ആത്മീയപാതയിലെ വൈരാഗ്യവും അകൽച്ചയും അവരുടെ പ്രത്യുത്പ്പാദനശേഷിയ്ക്ക് തടസ്സമായി വരുന്നു.

സ്ത്രീകളിലെ ആർത്തവചക്രം അവരുടെ നിയന്ത്രണത്തിന് അതീതമാണ്. എന്നാൽ, പുരുഷന്മാരെസ്സംബന്ധിച്ചിടത്തോളം സൃഷ്ടിപ്രക്രിയയെ നിയന്ത്രിക്കുന്നത് സ്വമേധയാ ഉള്ളതാണ്. ഈ പാതയിലുള്ള പുരുഷന്മാർക്ക് ശബരിമല ദർശനത്തിന് മുൻപുള്ള 41 ദിവസം നീണ്ട ബ്രഹ്മചര്യവ്രതം അവരുടെ ശരീരത്തിനും ആധ്യാത്മികതയ്ക്കുമിടയിൽ സംഘർഷമില്ലാതെ സഫലത നേടാൻ പര്യാപ്തമാണ്.

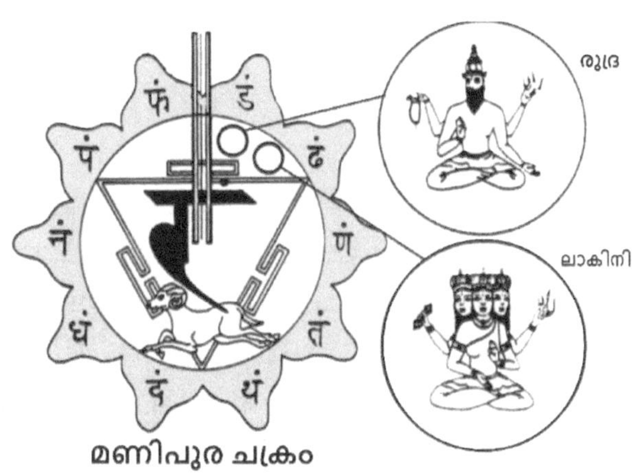

ചിത്രം-9: മണിപൂര ചക്രം

(കടപ്പാട്: സ്വാമി ശിവാനന്ദ രാധ, കുണ്ഡലിനിയോഗ ഫോർ ദ വെസ്റ്റ്, കോപ്പിറൈറ്റ് 2005ടൈംലെസ്സ്ബുക്സ്

അദ്ധ്യായം 6

കുളത്തുപുഴ ശ്രീബാലശാസ്താ ക്ഷേത്രം - അനാഹതചക്രം

ആര്യങ്കാവിൽ നിന്നും ഏതാണ്ട് 25 കിലോമീറ്റർ ദൂരെയായിട്ടാണ് കുളത്തുപുഴ ബാലശാസ്താ ക്ഷേത്രം. കൊല്ലം ജില്ലയിലെ കുളത്തുപുഴ റിസർവ് ഫോറസ്റ്റ് റേഞ്ചിലാണിത് സ്ഥിതി ചെയ്യുന്നത്. ആര്യങ്കാവ് സന്ദർശിച്ച ദിവസം തന്നെ ഇവിടെയും സന്ദർശിക്കാൻ തീരുമാനമെടുത്തിരുന്നതിനാൽ ഞങ്ങൾ വൈകുന്നേരത്തെ ആരതിക്കു പാകത്തിൽ കുളത്തുപുഴയിലെത്തി. ഒരു ക്ഷേത്രത്തെ ഒരേസമയം സുഖകരമെന്നും ശ്രേഷ്ഠമെന്നും വിവരിക്കാമെങ്കിൽ അത് ഇതു തന്നെ. ക്ഷേത്രം ഒട്ടാകെ ഒരു കുഞ്ഞിനുവേണ്ടി, ബാലശാസ്താവിനുവേണ്ടി, രൂപകൽപ്പന ചെയ്തിരിക്കുന്നു. മേൽപ്പുര ഒരുകുട്ടിയുടെ ഉയരത്തിനെ മനസ്സിൽ കരുതി വളരെ താഴ്ന്നും ക്ഷേത്രത്തിലെ അലങ്കാരങ്ങളെല്ലാം കുട്ടികളെ ആകർഷിക്കും വിധവുമാണ്.

സൌഹാർദ്ദം, വെളിച്ചം, കരുണ എന്നിവയെല്ലാം ഇവിടെ പുറത്തേയ്ക്ക് പൊട്ടിച്ചിതറുന്നു.

ആരാധനാമൂർത്തി

കുളത്തുപുഴയിൽ അച്ഛനമ്മമാർക്കൊപ്പമായുള്ള ഒരു ശിശുവായിട്ടാണ് ശാസ്താവ് ആരാധിക്കപ്പെടുന്നത്. വിഷ്ണുവിന്റെ അവതാരമായ കൃഷ്ണൻ ബാലശാസ്താവിന്റെ അമ്മയായി പുറത്ത് കാണപ്പെടുന്നു. ശ്രീകോവിലിൽ ഇടതുവശത്തായി ബാലശാസ്താവിന്റെ അച്ഛനായി ശിവനും കാണപ്പെടുന്നു.

അതുകൊണ്ടുതന്നെ ഈ സ്ഥലത്തിന് മാതാപിതാക്കൾക്ക് കുഞ്ഞുങ്ങളോടുണ്ടാകുന്ന സ്നേഹത്തിന്റെ ഊഷ്മളതയുണ്ട്. ഞങ്ങളുടെ സന്ദർശനസമയത്ത്, അവിടെ മറ്റു രണ്ട് ഭക്തർ മാത്രമേ ഉണ്ടായിരുന്നുള്ളുവെങ്കിലും, അവർ രണ്ടുപേരും തങ്ങളുടെ കുട്ടികളെ ദർശനത്തിനായി കൂടെ കൊണ്ടുവന്നിരുന്നു. ഈ ക്ഷേത്രത്തിൽ കുട്ടികൾ പരിപാലിക്കപ്പെടുന്നതായി വിശ്വസിക്കപ്പെടുന്നു. അസുഖമായാലും, പരീക്ഷകളോടുള്ള പേടിയായാലും മാതാപിതാക്കൾ അവ മാറിക്കിട്ടാനായി കുഞ്ഞുങ്ങളെ ഇവിടെ കൊണ്ടുവരുന്നു. കുഞ്ഞുങ്ങളില്ലാത്ത

ഭാര്യാഭർത്താക്കന്മാർ കുട്ടികളുണ്ടാവാനായി ഇവിടെ വന്ന് പ്രാർത്ഥിക്കുന്നു.

ചൈതന്യം

കണ്ണുകൾ അടച്ച് ഏതാനും നിമിഷങ്ങൾക്കകം ആരതി തുടങ്ങിയപ്പോൾ ഹൃദയത്തിന്റെ ഭാഗത്തായി ശക്തമായ ഒരു സ്പന്ദനം എനിക്കനുഭവപ്പെട്ടു. കണ്ണടയ്ക്കുമ്പോഴും തുറക്കുമ്പോഴും സദാ ആ സ്പന്ദനം അവിടെയുണ്ടായിരുന്നു. ഞങ്ങൾ ആ സ്ഥലം വിട്ടതിനുശേഷവും കുറേ നേരം അത് ബാക്കി നിന്നു. ഏതെങ്കിലും ഒരു ചക്രത്തിൽ എനിക്ക് അനുഭവിക്കാനിടവന്നതിലെ ഏറ്റവും ഉയർന്ന അനുഭൂതിയായിരുന്നു ഇത്. ഹൃദയഭാഗത്ത് സ്ഥിതിചെയ്യുന്ന അനാഹതചക്രത്തെയാണല്ലോ ഈ ക്ഷേത്രം ഉത്തേജിപ്പിച്ചത്.

ചിത്രം 4: കുളത്തുപുഴ ക്ഷേത്രത്തിലെ ബാല ശാസ്താവ്

(ചിത്രത്തിനു കടപ്പാട്: വി. അരവിന്ദ് സുബ്രഹ്മണ്യം).

അനാഹതചക്രത്തിന്റെ പ്രാധാന്യം

അനാഹതചക്രത്തിൽ കരുണയുടെ വാസസ്ഥലമായി വിവരിക്കപ്പെടുന്ന ഈശ്വരൻ (ഈശൻ /ശിവൻ) ആണ് പുരുഷ അധിദേവത. അദ്ദേഹത്തിന് ലോകത്തിന്റെ സൃഷ്ടി - സ്ഥിതി - സംഹാരങ്ങൾ നടത്താനാകും. സ്ത്രീ അധിദേവതയായ ദേവി കാകിനിയെ ധ്യാനിച്ചാൽ ഭയത്തെ അകറ്റാനാകും. ഈ ചക്രം വിവരിക്കപ്പെടുന്നത് ആഗ്രഹിക്കുന്നതെന്തും ലഭ്യമാക്കുന്ന കൽപ്പകവൃക്ഷമായാണ്. ഷഡ്ചക്രനിരൂപണമനുസരിച്ച് ഇവിടെ ഈശ്വരനെ ധ്യാനിക്കുന്നവർ അഗ്രഗണ്യരായ യോഗികളും ബുദ്ധിമാന്മാർക്കിടയിലെ ബുദ്ധിമാനും, ശ്രേഷ്ഠനും, സ്ത്രീകൾക്ക് പ്രിയങ്കരനും ആയി മാറുമെന്നാണ്. അതേ സമയം അയാൾക്ക് സ്വന്തം ഇന്ദ്രിയങ്ങൾക്കു മേലെ പരിപൂർണ്ണമായ നിയന്ത്രണമുണ്ടാവുകയും ചിന്തകൾ തീക്ഷ്ണമായി ബ്രഹ്മത്തിൽ കേന്ദ്രീകൃതമാകുകയും ചെയ്യും.

നിവൃത്തി മാർഗ്ഗത്തിൽ ഈ ചക്രം കാരുണ്യത്തിന്റെ ഭാവം, സ്നേഹം, ഏകത്വം എന്നിവ പരത്തുന്നു. ഒരു ശിശുവിന്റെ രൂപത്തിലുള്ള ശാസ്താവിന്റെ സാന്നിദ്ധ്യം ഒരു കൊച്ചുകുഞ്ഞിനോട് തോന്നാവുന്ന ഇത്തരം

വികാരങ്ങളുടെ പ്രാതിനിദ്ധ്യം തന്നെയാണ്. അനാഹതചക്രം തുറക്കപ്പെടുമ്പോൾ ഏതുവിധത്തിൽ യാതൊരു ബുദ്ധിമുട്ടും കൂടാതെ മറ്റുള്ളവരുടെ കാഴ്ച്ചപ്പാടിനെ മനസ്സിലാക്കാനും മനുഷ്യനോടും ജന്തുക്കളോടും പ്രകൃതിയോടും തുടങ്ങി എല്ലാവരോടും സഹാനുഭൂതി പ്രകടിപ്പിക്കാനും എളുപ്പമാകുന്നുവെന്ന് നമുക്കു മനസ്സിലാക്കാനാകുന്നു. ആത്മീയത അഭിലഷിക്കുന്നവർക്ക് ഇതൊരു പ്രധാന കാൽവയ്പ്പ് തന്നെയാണ് - പരിശ്രമം കൂടാതെ സ്നേഹിക്കാനും എല്ലാ സൃഷ്ടികളിലും തന്നെത്തന്നെ ദർശിക്കാനും.

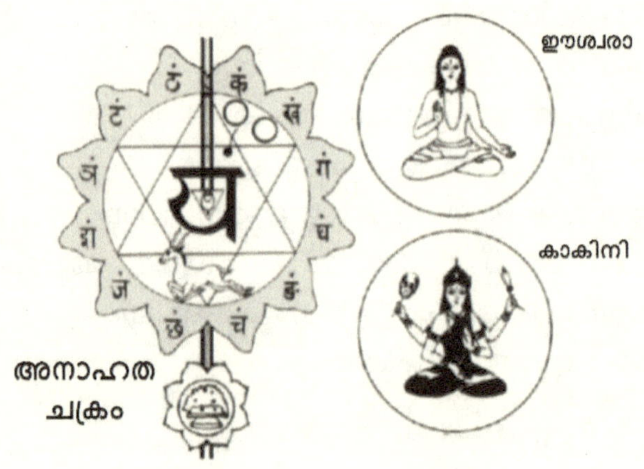

ചിത്രം-10: അനാഹതചക്രം

(ഉത്ഭവം:സ്വാമി ശിവാനന്ദ രാധ, കുണ്ഡലിനി യോഗ ഫോർ ദ വെസ്റ്റ്, കോപ്പിറൈറ്റ് 2005ടൈംലെസ്സ്ബുക്സ്

അദ്ധ്യായം - 7

എരുമേലി ശ്രീധർമ്മശാസ്താ ക്ഷേത്രം -വിശുദ്ധിചക്രം

ശബരിമലയുമായി ബന്ധപ്പെട്ട ഷഡ്ചക്രക്ഷേത്രങ്ങളിൽ അഞ്ചാമത്തേത് കേരളത്തിലെ കോട്ടയം ജില്ലയിലെ എരുമേലി എന്ന പട്ടണത്തിലാണ്. 2019 സപ്തംബറിൽ ഞങ്ങൾക്ക് ഇവിടത്തെ ക്ഷേത്രങ്ങൾ സന്ദർശിക്കാൻ കഴിഞ്ഞു. ഇവിടെ രണ്ടുക്ഷേത്രങ്ങളുണ്ട് - കൊച്ചമ്പലം എന്നപേരിൽ അറിയപ്പെടുന്ന പേട്ടയിലെ ശ്രീ ധർമ്മശാസ്താ ക്ഷേത്രവും വലിയമ്പലം എന്നപേരിലറിയപ്പെടുന്ന എരുമേലി ശ്രീ ധർമ്മ ശാസ്താ ക്ഷേത്രവും. അയ്യപ്പഭക്തരിൽ പലർക്കും മുൻപു പറഞ്ഞ നാലുക്ഷേത്രങ്ങളെക്കുറിച്ചും അറിവുണ്ടാകില്ലെങ്കിലും അവർക്കെല്ലാവർക്കും ശബരിമലയിലേക്കുള്ള മലകയറ്റം തുടങ്ങുന്ന എരുമേലിയെന്ന പ്രധാന ലക്ഷ്യസ്ഥാനത്തെക്കുറിച്ച് അറിയാതിരിക്കില്ല. ശബരിമല സന്ദർശിക്കുന്ന കന്നിസ്വാമിമാർക്ക് ഈ ലക്ഷ്യസ്ഥാനം പ്രത്യേകം

പ്രാധാന്യമർഹിക്കുന്നു. കന്നിസ്വാമിമാർക്ക് നിർബന്ധമായും ആചരിക്കേണ്ടുന്ന ഗോത്രവർഗ്ഗക്കാരുടെ നൃത്തം പോലെയുള്ള പേട്ടതുള്ളലിന് എരുമേലി പ്രസിദ്ധമാണ്. കൊച്ചമ്പലത്തിന് എതിർവശത്തുള്ള മുസ്ലിം പള്ളിയെ ഭക്തർ വലം വയ്ക്കുന്നു. അയ്യപ്പന്റെ വിശ്വസ്തനായ പടയാളിയായ വാവരോടുള്ള ബഹുമാനസൂചകമായാണിത് ചെയ്യുന്നതെന്ന് പറയപ്പെടുന്നു. ഞങ്ങളുടെ സന്ദർശനസമയത്ത് ഒരു മുസ്ലിം ആയ ഓട്ടോ ഡ്രൈവർ തന്റെ നിത്യമുള്ള പ്രവർത്തിയെന്നവിധം വലിയമ്പലത്തിൽ തൊഴുത് പ്രസാദം വാങ്ങിക്കുന്നത് ഞങ്ങളുടെ ശ്രദ്ധയിൽപ്പെട്ടു.

ആരാധനാമൂർത്തി

കൊച്ചമ്പലത്തിൽ ശാസ്താവ് ശത്രുക്കളോട് യുദ്ധം ചെയ്യാൻ തയ്യാറായി നിൽക്കുന്ന പടയാളിയെപ്പോലെയാണ്. വലിയമ്പലത്തിൽ പേട്ടതുള്ളലിനു സജ്ജമായി നിൽക്കുന്നതുപോലെയാണ് ശാസ്താവ് കാണപ്പെടുന്നത് എന്നതാണ് ഈ ക്ഷേത്രങ്ങളുടെ എടുത്തുപറയത്തക്ക പ്രത്യേകതകൾ. നവംബർ മുതൽ ജനുവരിവരെയുള്ള മണ്ഡലക്കാലത്താണ് പേട്ടതുള്ളൽ നടക്കുന്നത്. ഈ സംഭവത്തിന് പുരാണത്തിൽ ശാസ്താവ് മഹിഷി എന്ന രാക്ഷസിയെ കൊന്ന കഥയുമായി ബന്ധമുണ്ട്.

മഹിഷിയെ കൊന്നപ്പോഴുണ്ടായ ആഹ്ലാദനൃത്തത്തിന്റെ ഓർമ്മപുതുക്കലാണ് പേട്ടതുള്ളൽ. പ്രതീകാത്മകമായി നോക്കുമ്പോൾ ശബരിമലയാത്രയുടെ ഭാഗമായി ഉള്ളിലെ തിന്മകളെ നശിപ്പിക്കലാവാം ഇത്.

വിശുദ്ധിചക്രം ഊർജ്ജിതമാകപ്പെടുന്നവർ പ്രേതങ്ങളെ ആകർഷിക്കുന്നുവെന്നുമാകാം. അതിനാൽ പേട്ടതുള്ളൽ സമയത്തെ ഉറക്കെയുള്ള ശബ്ദഘോഷങ്ങളും നൃത്തവും പ്രേതങ്ങളെ ദൂരെ അടിച്ചോടിക്കാനുമാകാം. മഹിഷി എന്ന രാക്ഷസിയെ കൊന്നത് ഇതിന്റെ പ്രതീകമായാകാം.

ചിത്രം 5: എരുമേലി ക്ഷേത്രത്തിലെ ശാസ്താവ്

(ചിത്രത്തിനു കടപ്പാട്: വി. അരവിന്ദ് സുബ്രഹ്മണ്യം).

ചൈതന്യം

എരുമേലിയിലെ ക്ഷേത്രങ്ങൾ ആകാരത്തിലും അനുഭവത്തിലും ലളിതമാണ്. നമ്മെ സംഭ്രമിപ്പിക്കുന്ന ആര്യങ്കാവുപോലെയോ അച്ചൻകോവിലിലെയും കുളത്തുപുഴയിലെയും പോലെ സ്പഷ്ടമായ നിർവൃതിദായകമോ അല്ലാതുള്ള ഇവിടുത്തെ അനുഭവം മൃദുവായതായിരുന്നു. എന്നാലും എനിക്ക് തൊണ്ടയുടെ ഭാഗത്ത്, അറിയാതെ പോകാമായിരുന്നവിധം ഒരു നേരിയ അനുഭൂതി ലഭ്യമായി. ഇവിടെ എന്താണ് പ്രതീക്ഷിക്കേണ്ടതെന്നതിനെക്കുറിച്ച് എനിക്ക് അറിവുണ്ടായിരുന്നില്ലെങ്കിൽ, ഈ അനുഭവം എളുപ്പം ശ്രദ്ധിയ്ക്കപ്പെടാതെ പോവുമായിരുന്നു. ഒരുപക്ഷേ ശരിക്കും എരുമേലിയുടെ പ്രാധാന്യം മനസ്സിലാക്കണമെങ്കിൽ പേട്ടതുള്ളലിന്റെ സമയത്തു തന്നെ അവിടം സന്ദർശിക്കണമായിരിക്കണം. പക്ഷെ എരുമേലിയിൽ നിന്നും ഏതാനും കിലോമീറ്റർ അകലെയായി ഞങ്ങൾക്ക് എടുത്തുപറയത്തക്കതായ ചില അനുഭവങ്ങളുണ്ടായി.

ശബരിമലക്കുള്ള വഴികളിൽ ഏറ്റവും ബുദ്ധിമുട്ടുനിറഞ്ഞത് എരുമേലി വഴിയുള്ള

യാത്രയാണ്, പ്രത്യേകിച്ചും അറുപത് കിലോമീറ്ററോളം ദൂരം നിങ്ങൾ കാട്ടിലൂടെ കയറ്റം കയറാൻ തീരുമാനിക്കുകയാണെങ്കിൽ. എങ്കിലും മഹിഷിയെ നിഗ്രഹിക്കുന്നതിനായി അയ്യപ്പൻ സഞ്ചരിച്ച ഈ പാതയെത്തന്നെയാണ് പല വിശ്വാസികളും തിരഞ്ഞെടുക്കുന്നത്. എരുമേലിയിൽ നിന്നും നാലുകിലോമീറ്റർ ദൂരത്തായുള്ള പേരൂർതോട് എന്ന സ്ഥലമാണ് അയ്യപ്പൻ തന്റെ സാഹസികയാത്രയ്ക്കിടയിൽ വിശ്രമിച്ച ഇടം. ഈ സ്ഥലം ശബരിമലയിലേക്കുള്ള കയറ്റം തുടങ്ങുന്ന സ്ഥലം എന്ന നിലയിലും പ്രാധാന്യമർഹിക്കുന്നു. പേരൂർതോടിനപ്പുറമുള്ള വനം പൂങ്കാവനം എന്നറിയപ്പെടുന്നു. ഇവിടെ ഒരു ചെറിയ ക്ഷേത്രമുണ്ട്. അടുത്ത ലക്ഷ്യത്തിലേക്കായി ഞങ്ങൾ ഇതുവഴി കടന്നുപോയതേയുള്ളുവെങ്കിലും വളരെ വ്യക്തമായ ഒരു സ്പന്ദനം ഇവിടെ ഞങ്ങൾക്ക് അനുഭവിക്കാൻ കഴിഞ്ഞു. ഭക്തരെ ശബരിമലയിലേക്ക് നയിക്കുന്ന പതിനെട്ട് മലകളിലേക്കുള്ള കയറ്റം ഇവിടെ തുടങ്ങുമെന്ന് അറിയാനിടയായി. ആദ്യം, തങ്ങൾക്ക് ഇത്രയും ദൂരം കാട്ടിലൂടെ മല കയറാൻ കഴിയുമോ എന്ന് സന്ദേഹിച്ചിരുന്ന ഭക്തർ, അതിന്റെ അവസാനം, അടുത്ത വർഷം വീണ്ടും മല കയറാൻ തിരിച്ചെത്താമെന്ന വാഗ്ദാനത്തോടെ

മടങ്ങുന്നതിന്റെ കഥകൾ ഞാൻ കേൾക്കാനിടയായിട്ടുണ്ട്. മറ്റൊരു അനുഭവത്തിനേയും പോലെയല്ല തന്നെ ഈ കാടും ആരാധനാലയവും. ഇവിടെ ഒരു വ്യക്തിയിൽ മാറ്റങ്ങൾ വരുത്തുന്നതിനും ദൈവീകമായ അനുഭവങ്ങൾ സമ്മാനിക്കുന്നതിനുമായ വഴികളിൽ എന്തോ പ്രത്യേകമായ ഒന്നുണ്ട്. അനുഭവിച്ച് മാത്രമേ അത് മനസ്സിലാക്കാനാവുകയുള്ളൂ.

വിശുദ്ധിചക്രത്തിന്റെ പ്രാധാന്യം

എരുമേലി ധർമ്മശാസ്താക്ഷേത്രങ്ങൾ വിശുദ്ധിചക്രത്തോട് ബന്ധപ്പെട്ടവയാണ്. ഷഡ്ചക്രനിരൂപണത്തിൽ മൂലാധാരത്തിന്റെ മുഴ പോലുള്ള കാണ്ഡഭാഗത്തിൽ നിന്നും 72,000 നാഡികൾ പുറപ്പെടുന്നതായി പറയപ്പെടുന്നു. ഈ നാഡികളിൽ പ്രധാനപ്പെട്ട മൂന്നെണ്ണമാണ് ഇഡ, പിംഗള, സുഷുമ്ന എന്നിവ. ഇതിൽ സുഷുമ്നാ നാഡി, സാഖിനി നാഡിയുടെ തണ്ടിൽ പറ്റിപ്പിടിച്ചിരിക്കുകയും സാഖിനി നാഡി കാണ്ഡത്തിൽ നിന്നും ഉത്ഭവിച്ച് തൊണ്ട (വിശുദ്ധി) വരെ പോകുകയും ചെയ്യുന്നു. അവിടെ നിന്നും സാഖിനി നാഡി ശാഖകളായി പിരിഞ്ഞ് ഒന്ന് ഇടതുചെവിയിലേക്കും മറ്റേത് ഉച്ചിയിലേക്കും പോകുന്നു.

വിശുദ്ധിചക്രത്തിന്റെ സ്ത്രീ ആരാധനാമൂർത്തിയായ ദേവി സാകിനി തന്റെ ഇന്ദ്രിയങ്ങൾക്കുമേൽ നിയന്ത്രണം കൈവരിച്ച ഭക്തന്റെ മുക്തിയിലേയ്ക്കുള്ള മഹത്തായ പ്രവേശനദ്വാരത്തിന്റെ കാവൽക്കാരിയാണ്. ദേവിയുടെ രൂപം ജ്യോതിസ്വരൂപമാണെന്ന് പറയപ്പെടുന്നു. ഈ ചക്രത്തിന്റെ അധിപനായ പുരുഷദേവത ശരീരത്തിന്റെ ഒരുഭാഗം വെളുത്തതും (ശിവനെ പ്രതിനിധാനം ചെയ്ത്) മറുവശം സ്വർണ്ണനിറവും (ഗൌരിയെ പ്രതിനിധാനം ചെയ്ത്) ആയ സദാശിവൻ അല്ലെങ്കിൽ അർദ്ധനാരീശ്വരനാണ്.

ഒരാൾ കുണ്ഡലിനിയെയുയർത്താൻ ശ്രമിക്കുമ്പോൾ പുറത്തുനിന്നുള്ള പ്രക്രിയകൾക്ക് നമ്മെ വിശുദ്ധിവരെ കൊണ്ടെത്തിക്കാൻ സാധിക്കുമെന്ന് പറയപ്പെടുന്നു. അവിടെ വിശുദ്ധിയിൽനിന്നുമുള്ള ഉയർച്ച ഏറെ വിഷമമേറിയതും മറ്റു കാര്യങ്ങൾക്കൊപ്പം ഗുരുവിന്റെ അനുഗ്രഹം വേണ്ടതുമാകുന്നു. അയ്യപ്പഭക്തർക്ക് ഈ നിലയിൽ എത്രത്തോളം അവരുടെ മനസ്സിന്റേയും ഇന്ദ്രിയങ്ങളുടേയും മേൽ സ്വാധീനം ചെലുത്താൻ കഴിയുന്നുവെന്നത് ശബരിമലയിൽ അയ്യപ്പനുമായി ലയിക്കുന്നതിലേക്ക് അവർ എത്രത്തോളം അടുത്തെത്തി എന്നതിനെ നിർണ്ണയിക്കും.

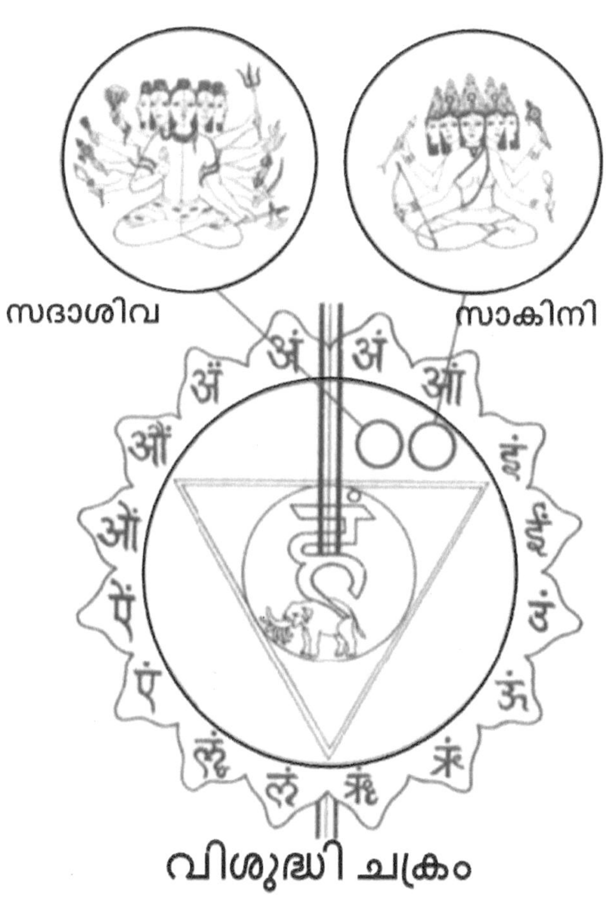

ചിത്രം-11 വിശുദ്ധിചക്രം

ഉത്ഭവം: വീരസ്വാമി കൃഷ്ണരാജ്, കമെന്ററി ഓൺ ഷഡ്ചക്രനിരൂപണ

അദ്ധ്യായം 8

ശ്രീധർമ്മശാസ്താക്ഷേത്രം ശബരിമല - ആജ്ഞാചക്രം

എരുമേലിക്കുള്ള യാത്രയിൽ മുഴുവനും ഞാൻ ചിന്തിച്ചിരുന്നത് ശബരിമല സന്ദർശിക്കാനും അയ്യപ്പസ്വാമിയെ ദർശിയ്ക്കാനും കഴിയുമെങ്കിൽ അത് ഏതുപ്രകാരമായിരിക്കുമെന്നായിരുന്നു. എന്റെ എരുമേലി സന്ദർശനം ഞങ്ങൾ ഏറ്റെടുത്ത ശബരിമലയുടെ സമീപപ്രദേശങ്ങളിലെ വെള്ളപ്പൊക്കദുരിതത്തിൽപ്പെട്ട കുടുംബങ്ങൾക്ക് സഹായമെത്തിക്കുക എന്ന ജോലിയോട് ബന്ധപ്പെട്ടായിരുന്നു. ഞങ്ങൾക്ക് ആതിഥ്യമരുളിയ ഹരിഹരപുത്രസേവാട്രസ്റ്റ് ഞങ്ങളെ ഈ ശ്രമത്തിൽ സഹായിച്ചു. ഞങ്ങൾ തിരിച്ചുപോരുന്നതിനു മുൻപായി ഞങ്ങളുടെ ആതിഥേയർ ഞങ്ങൾക്കായി ചില വിശേഷസമ്മാനങ്ങൾ തന്നിരുന്നു. ശബരിമലക്ഷേത്രത്തിൽ നിന്നും നേരിട്ടുള്ള അയ്യപ്പപ്രസാദം, അയ്യപ്പസ്വാമിയുടെ വിഗ്രഹത്തിലണിയിച്ച ഒരു കൊച്ചുകിരീടം, ഏതാനും പവിത്രമായ

ചരടുകൾ, പൂജിയ്ക്കപ്പെട്ട മറ്റുചില സാധനങ്ങൾ എന്നിവയായിരുന്നു അവ. അയ്യപ്പസ്വാമി തന്നെ ഞങ്ങളുടെ പ്രവർത്തനം കണ്ട് അംഗീകരിച്ച് അനുഗ്രഹങ്ങൾ അയച്ചതായാണ് തോന്നിയത്. ഇതിൽക്കൂടുതലായെനിക്ക് മറ്റെന്തുണ്ട് ആവശ്യപ്പെടാൻ?

ശബരിമല - ശബരിയുടെ മല. ശബരി പണ്ടുകാലത്ത് ഈ കുന്നിൻമുകളിലിരുന്ന് ധ്യാനിച്ചിരുന്ന ഒരു യോഗിനിയായിരുന്നു. അയ്യപ്പസ്വാമി സമാധിയടയാൻ തീരുമാനിച്ചപ്പോൾ ഈ സ്ഥലം തിരഞ്ഞെടുത്ത് ശാസ്താവിന്റെ വിഗ്രഹത്തിൽ ലയിച്ചു.

ഒരു സ്ത്രീയായ യോഗിനിയുടെ പേരുള്ള സ്ഥലത്ത്, അവിടെ വസിക്കുന്ന അയ്യപ്പസ്വാമിയെ സ്ത്രീകളായ ഭക്തർ ശല്യപ്പെടുത്തുമെന്ന ധാരണയെ സ്വാഭാവികമായും ചോദ്യം ചെയ്യേണ്ടത് തന്നെ. ആർത്തവപ്രായത്തിലുള്ള സ്ത്രീകൾ ശബരിമല കയറുന്നതിനുള്ള നിയന്ത്രണം നീക്കപ്പെടുന്നതിനായുള്ള കേസ് ഇന്ത്യൻ സുപ്രീംകോടതിയിൽ നടന്നിരുന്ന കാലത്ത് നിയന്ത്രണത്തെ സാധൂകരിച്ച് പ്രധാനമായിക്കേട്ട വാദം നൈഷ്ഠികബ്രഹ്മചാരിയായ അയ്യപ്പസ്വാമിയെ സ്ത്രീകളുടെ സാന്നിദ്ധ്യം

അസ്വസ്ഥമാക്കുമെന്നതായിരുന്നു. ഇത്രയും മാഹാത്മ്യമേറിയ ഭഗവാനും സാധാരണക്കാരായ സ്ത്രീജനങ്ങളാൽ ക്ഷോഭിക്കപ്പെടാൻ സാധ്യതയുണ്ടെന്ന ഈ അനുമാനം ഒരു ദൈവത്തെ ബ്രഹ്മചാരിയായി കണക്കാക്കുമ്പോൾ അതിന്റെ അർത്ഥമെന്താണെന്ന് നമുക്ക് മനസ്സിലായിട്ടില്ലെന്ന് കാണിക്കുന്നു. അയ്യപ്പസ്വാമിയെക്കുറിച്ച് പറഞ്ഞവർ ഭഗവാനെ തങ്ങളെപ്പോലെ കരുതി സ്വന്തം നിയന്ത്രണക്കുറവ് ഭഗവാനിൽ ചാർത്തി. ഇത്തരം വാദപ്രതിവാദങ്ങൾ സ്ത്രീകൾക്ക് മാത്രമല്ല, അയ്യപ്പസ്വാമിക്കും അപമാനകരം തന്നെ!

ബ്രഹ്മചര്യം

തന്റെ എല്ലാ ഇന്ദ്രിയങ്ങളേയും പൂർണ്ണമായും അടക്കാനാകുന്നവനാണ് യഥാർത്ഥ ബ്രഹ്മചാരി. പാശ്ചാത്യലോകത്തെന്നപോലെ അത് ലൈംഗികബന്ധത്തിൽ ഏർപ്പെടാതെ ഇരിക്കുന്നത് മാത്രമല്ല, തന്റെ വികാരങ്ങൾക്ക് മുകളിലുള്ള പരമമായ നിയന്ത്രണവും വ്യക്തിത്വത്തിന്റെ കാഠിന്യവുമാണത്. നിയന്ത്രണം പാലിക്കൽ എന്നു പറയുന്നതുപോലും ശരിയല്ല, എന്തെന്നാൽ നിയന്ത്രണം എന്നതുകൊണ്ട് ഉദ്ദേശിക്കുന്നത് വികാരങ്ങളെ

അടക്കിനിർത്താനുള്ള ശ്രമം എന്നാണല്ലോ. തികഞ്ഞ ഒരു ബ്രഹ്മചാരിക്ക് അചഞ്ചലത സ്വാഭാവികമാണ്. ആ നിലയിൽ എത്തിച്ചേർന്നാൽ പിന്നെ ഒന്നിനും അവരെ ശല്യപ്പെടുത്താൻ കഴിയില്ല. ഒരു നൈഷ്ഠിക ബ്രഹ്മചാരി എന്ന നിലയിൽ അയ്യപ്പസ്വാമി ഇക്കാര്യത്തിൽ പരിപൂർണ്ണതയെ പ്രതിനിധാനം ചെയ്യുന്നു. അങ്ങനെയുള്ള ഒരു ഭഗവാന്റെ സന്നിധിയിൽ അസ്വസ്ഥനാകുന്നത് അദ്ദേഹമല്ല, വേണ്ടത്ര അറിവോ തയ്യാറെടുപ്പോ കൂടാതെ അടുക്കൽ എത്തിച്ചേരുന്നവരാണ്.

ശബരിമലയിലെ ചൈതന്യം ഏതുപ്രകാരത്തിലാണെന്നുവച്ചാൽ ബ്രഹ്മചര്യത്തിന്റെ തത്വം ഈ സ്ഥലത്താകമാനം വ്യാപിച്ചിരിക്കുന്നു എന്നതാണ്. അതിനാൽ അതിന്റെ സാന്നിദ്ധ്യം ഉൾക്കൊള്ളുന്നതിനായി അയ്യപ്പഭക്തർ കഠിനമായ തപസ്സുകളിലൂടെ സ്വയം ഉയരേണ്ടതുണ്ട്. അതിനാൽ ആർത്തവപ്രായത്തിലുള്ള സ്ത്രീകൾ മാത്രമല്ല ശബരിമലയിലേക്ക് വരുന്നത് വിലക്കപ്പെട്ടിട്ടുള്ളത്, ഏതു സ്ത്രീയായാലും പുരുഷനായാലും 41 ദിവസത്തെ വ്രതവും ബ്രഹ്മചര്യവും ശീലമാക്കാത്തവർ പുണ്യമാർന്ന 18പടികൾ (പതിനെട്ടാംപടി) കയറുന്നതും അയ്യപ്പദർശനം നടത്തുന്നതും നിയന്ത്രിക്കപ്പെട്ടിരിക്കുന്നു.

ആദ്ധ്യാത്മികതത്വത്തിന്റെ ശരീരശാസ്ത്രം

ആധ്യാത്മകതയെ പിന്തുടരുമ്പോൾ മനുഷ്യശരീരം അനുഭവിക്കുന്ന ഭൌതികമായ മാറ്റം ശുക്ലത്തിന്റെ സൂക്ഷ്മമായ ഓജസ്സായുള്ള പരിവർത്തനമാണ്. ലൈംഗികദ്രാവകത്തിൽ കാണപ്പെടുന്ന മനുഷ്യബീജം പുരുഷന്മാരിൽ രേതസ്സിലും സ്ത്രീകളിൽ ആർത്തവരക്തത്തിലും കാണപ്പെടുന്നു. സുശ്രുതസംഹിതയിൽ[12] പറയുന്നത് പ്രത്യുത്പ്പാദനപരമായ ഊർജ്ജത്തിൽ കാണുന്ന ഓജസ്സ് അന്തർലീനമായി കിടക്കുന്നത് നാം കഴിക്കുന്ന ഭക്ഷണത്തിന്റെ സത്തയായാണ്. ഈ ഓജസ്സിന്റെ സാന്നിദ്ധ്യമാണ് ഊർജ്ജസ്വലത, സൂക്ഷ്മകോശങ്ങളിലെ പ്രതിരോധശക്തി, ആരോഗ്യപരമായ കാന്തി എന്നിവ. ഈ തിളക്കത്തിനാണ് പലപ്പോഴും ഒരാൾക്ക് ചുറ്റും കാണുന്ന സൂക്ഷ്മമായ തേജോവലയം (ഓറ) എന്ന് പറയുന്നത്, പ്രത്യേകിച്ചും ഒരു അനുഭവസമ്പത്തുള്ള ബ്രഹ്മചാരിയുടേത്.

---

[12] സുശ്രുതസംഹിത ആയുർവ്വേദഗവേഷണപഠനപ്രബന്ധമാണ്.

ചിത്രം-6: ശബരിമല ശ്രീധർമ്മശാസ്താ

(ഉറവിടം: www.stateofkerala.in)

ബ്രഹ്മചര്യത്തിന്റെ ഒരു പ്രധാനവശം മനുഷ്യന്റെ ബീജത്തെ നിലനിർത്തി അതിനെ ചക്രങ്ങളിലേക്ക് ഉയർത്തി കൂടുതൽ സൂക്ഷ്മമായ രൂപങ്ങളാക്കി പരിവർത്തനം ചെയ്യലാണ്. അതിനാൽ ബ്രഹ്മചര്യവ്രതവും ബീജത്തെ പുറത്തേക്ക് വിസർജ്ജിക്കുന്നത് തടയലും പുരുഷന്മാരായ ഭക്തർക്ക് ആധ്യാത്മികമായ പ്രക്രിയ പൂർണ്ണമായും അനുഭവിക്കാൻ വളരെ പ്രധാനപ്പെട്ടതാണ്. പക്ഷേ ആർത്തവദശയിലുള്ള സ്ത്രീകളിൽ ബീജം അതായത് അണ്ഡം, ആർത്തവസമയത്ത് അനിച്ഛാപൂർവ്വമായി പുറത്തേക്ക് തള്ളപ്പെടുന്നു.

പുരുഷബീജം നിലനിർത്തലിന് തുല്യമായ ആർത്തവംനിർത്തലെന്ന സ്ത്രീ പ്രതിരൂപം വളരെ അപൂർവ്വമായി ചില തന്ത്രങ്ങളിലും താവോയിസ്റ്റ് പരിശീലനങ്ങളിലും പഠിപ്പിച്ചിരുന്നു. അത്തരം പ്രയോഗങ്ങളിൽ സ്ത്രീകളെ അവരുടെ ലൈംഗിക ഊർജ്ജത്തെ മറ്റൊരു വഴിയിലൂടെ തിരിച്ചുവിടാനും എല്ലാ മാസവും ആർത്തവത്തിലൂടെ നഷ്ടപ്പെടുന്ന പ്രധാന ഊർജ്ജമായ പ്രാണനെ സൂക്ഷിച്ചു വയ്ക്കാനുമാണ് പഠിപ്പിക്കുന്നത്. മൺടക് ചിയ എഴുതിയ ഒരു പുസ്തകത്തിൽ സ്ത്രീകളെ ഈ വിദ്യ പഠിപ്പിച്ചപ്പോൾ ആർത്തവം വളരെയേറെ കുറവാകുകയോ നിൽക്കുകയോ ചെയ്തെന്ന് അവകാശപ്പെടുന്നുണ്ട്.

ആർത്തവത്തിന്റെ സ്വാഭാവികമല്ലാത്ത അമർച്ച ചെയ്യൽ പല പ്രതികൂലപ്രശ്നങ്ങൾക്കും കാരണമാകാമെന്നതിനാൽ ഞാൻ അതിനെ ഒട്ടും തന്നെ പിന്താങ്ങുകയോ നിർദ്ദേശിക്കുകയോ ചെയ്യുന്നില്ലെന്ന് മനസ്സിലാക്കുമല്ലോ. ഈ സാങ്കേതികത്വം അറിയാവുന്ന ഗുരുനാഥന്മാർ വളരെ കുറവായതിനാൽ ഗുരുവിന്റെ കഴിവുകളെക്കുറിച്ച് നല്ല തീർച്ചയും അനന്തരഫലത്തെക്കുറിച്ചുള്ള തയ്യാറെടുപ്പും കൂടാതെ ആരും തന്നെ ഇതിനു ഉദ്യമിക്കരുത്. ഇത്തരം ഒരു വശം ഇവിടെ സൂചിപ്പിക്കാൻ കാരണം അത്തരം ഒരു വിദ്യ നിലനിൽക്കുന്നുണ്ടെന്നും അവയിൽ ചില പ്രയോഗങ്ങൾക്ക് സ്ത്രീകളുടെ ആർത്തവശേഷിയെ വ്യതിയാനം ചെയ്യാനുള്ള കഴിവുണ്ടെന്നും ഉള്ള കാര്യത്തിൽ വായനക്കാർക്ക് ഒരു ആശയം നൽകുന്നതിനുവേണ്ടി മാത്രമാണ്.

ലൈംഗിക ഊർജ്ജത്തിനോട് കളിക്കുന്നത് തീയിനോട് കളിക്കുന്നതിനു സമാനമാണ്. അതിന് ഇന്ദ്രിയങ്ങൾക്ക് മേൽ പരിപൂർണ്ണനിയന്ത്രണവും തികഞ്ഞ അവബോധവും ആവശ്യമാണ്. അല്ലാതെ വരുന്നപക്ഷം യോഗ പരിശീലിക്കുന്നവരും, വേണ്ടവിധത്തിലുള്ള മാർഗ്ഗോപദേശങ്ങൾ

ഉൾക്കൊള്ളാതെ ചക്രങ്ങളെ ഉണർത്തുന്നവരും ആയ പലർക്കും കുണ്ഡലിനി ഉണരുമ്പോൾ ഉയരുന്ന ലൈംഗികശക്തിയെ എന്തുചെയ്യണമെന്നറിയാത്ത അവസ്ഥപോലെ, പലതും തെറ്റായിപ്പോകാം. അതുകൊണ്ട് പരമ്പരാഗതമായി, ഇത്തരം കാര്യങ്ങൾ ഒരു ഗുരുവിന്റെ മേൽനോട്ടത്തിൽ മാത്രമേ പതിവുള്ളൂ എന്നു മാത്രമല്ല, തികഞ്ഞ വിശ്വാസവും ഭക്തിയും ഇതിനായി ആവശ്യവുമാണ്. തന്റെ വികാരങ്ങളെയൊന്നാകെ ദൈവത്തിനു മുന്നിൽ പരിപൂർണ്ണമായും സമർപ്പിച്ചവർക്കേ ആ പ്രക്രിയയിൽ നിന്നും ഉണ്ടാകുന്ന അതിശക്തമായ ലൈംഗികോത്തേജനത്തെ കീഴടക്കാൻ ആകൂ. അതിനാൽ ശബരിമല പോലെയുള്ള സ്ഥലങ്ങൾ സ്വാമി അയ്യപ്പനോടുള്ള പരിപൂർണ്ണമായ ഭക്തിയും എതിർലിംഗമായുള്ള വേർതിരിയലും ആവശ്യപ്പെടുന്നു.

ശബരിമല ക്ഷേത്രത്തിന് രൂപം നൽകിയിട്ടുള്ളത് ഭക്തർക്ക് 41 ദിവസങ്ങളിലെ വ്രതത്തിന്റെ എല്ലാ ചട്ടങ്ങളും, കഠിനനിഷ്ഠയും, നിയന്ത്രണങ്ങളും വഴി ആത്മീയമായ ജ്ഞാനോദയം ലഭിക്കണമെന്ന ഉദ്ദേശത്തോടുകൂടിയാണ്. ലൈംഗിക ഊർജ്ജത്തെ നിയന്ത്രിച്ച്

പുരുഷബീജത്തെ തടഞ്ഞ് നിർത്തുന്നതിനുള്ള പരിശീലനമാണ് ഈ അനുഭവത്തിന്റെ കാതലായ വശം. അതുകൊണ്ട് ആർത്തവ പ്രായത്തിലുള്ള സ്ത്രീകൾ വ്രതമെടുത്തു ശബരിമലയിൽ പ്രവേശിച്ചാൽ അവർ ബീജം തടഞ്ഞു നിർത്തുന്നത് ആർത്തവരക്തം പുറത്തുപോകുന്നതിനുള്ള വൈഷമ്യമായി അനുഭവിക്കുകയും അത് ആർത്തവസംബന്ധിയായ അല്ലെങ്കിൽ പ്രത്യുത്പ്പാദനപരമായ ക്രമക്കേടായി പരിണമിക്കുകയും ചെയ്യുന്നു.

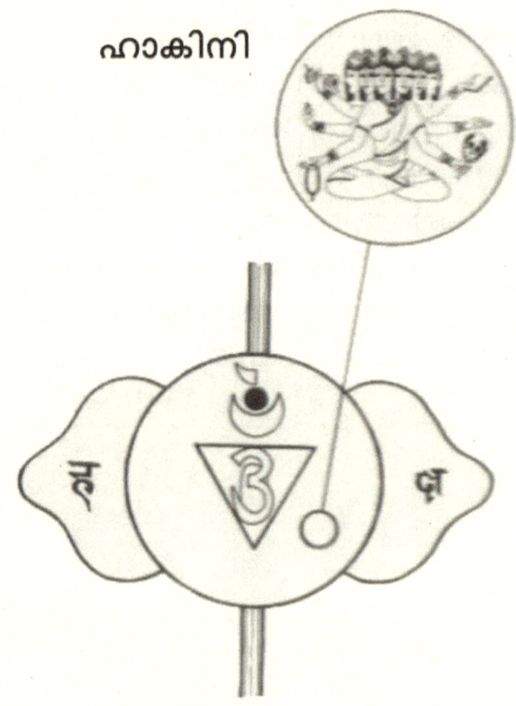

ആജ്ഞാ ചക്രം

ചിത്രം 12: ആജ്ഞാ ചക്രം

(അവലംബം: വീരസ്വാമി കൃഷ്ണരാജ്, ഷഡ് ചക്ര നിരൂപണത്തെക്കുറിച്ചുള്ള വ്യാഖ്യാനം)

ആജ്ഞാചക്രത്തിന്റെ പ്രാധാന്യം

ശബരിമല മനസ്സിന്റെ ആജ്ഞാകേന്ദ്രമായ ആജ്ഞാചക്രത്തോട് ബന്ധപ്പെട്ടിരിക്കുന്നു. ഇവിടെയാണ് മുകളിൽ നിന്നുമുള്ള ഗുരുകൽപ്പന (ആജ്ഞ) സ്വീകരിക്കപ്പെടുന്നത്. ഈ ചക്രത്തിന്നുമേൽ ഉള്ള നിയന്ത്രണം കൈവരിക്കൽ എന്നാൽ ബ്രഹ്മചാരിയായി എന്നാണർത്ഥം. മറ്റൊരു തരത്തിൽ പറയുകയാണെങ്കിൽ ബ്രഹ്മചര്യം പാലിക്കുന്ന ഒരാളിൽ ആജ്ഞാചക്രം വളരെ സജീവമായിരിക്കും. ആജ്ഞാചക്രം മഹത്തായ ധാരണാശക്തി, ബുദ്ധിശക്തി, നേതൃത്വപാടവം എന്നിവയുടെ സമ്മേളനമാണ്. എല്ലാ ആത്മീയഗുരുക്കന്മാരുടെയും സാന്നിദ്ധ്യം തന്നെ ജനക്കൂട്ടത്തിന്റെ ശ്രദ്ധയെ ആകർഷിക്കുന്നുവെന്നത് സജീവമായ ആജ്ഞാചക്രത്തിന് ഉദാഹരണമാണ്.

ഈ ചക്രത്തിൽ ആറുമുഖങ്ങളുള്ള ശുദ്ധചിത്തയായ, വരങ്ങളേകുന്ന, ഭയത്തെ അകറ്റുന്ന ദേവി ഹാകിനിയാണ് അഗ്രസ്ഥാനത്തുള്ള ദേവി. പരമശിവൻ (ശംഭു) ഇവിടെ ഹംസരൂപത്തിൽ സാന്നിധ്യമേകുന്നു. ശിവ - ശക്തി സംഗമങ്ങളുടെ ഒരു ഇതര ലിംഗവും ഇവിടെ കാണാനാകും. ഇവിടമാണ് ഇഡ, പിംഗള, സുഷുമ്നാ എന്നീ മൂന്നു

നാഡികൾ ഒന്നിച്ചുചേർന്ന് മുകളിലേക്ക് ഒഴുകുന്നത്.

നിവൃത്തിമാർഗ്ഗത്തിൽ ആത്മീയാഭിലാഷി ഇവിടെ പരബ്രഹ്മവുമായുള്ള തന്റെ ഏകത്വം തിരിച്ചറിഞ്ഞ് അഭിലാഷി അല്ലാതായിത്തീരുന്നു. അയ്യപ്പഭക്തർ എല്ലാ നിഷ്ഠകളും പിന്തുടർന്ന് ഷഡ്ചക്രക്ഷേത്രങ്ങളിലൂടെ കുണ്ഡലിനിയുടെ ഉയർച്ച അനുഭവിക്കുകയാണെങ്കിൽ ശബരിമലയാണ് അവർ ഈശ്വരനുമായി താദാത്മ്യം പ്രാപിക്കുന്ന ഇടം. ശബരിമലയിലെ ശാസ്താവിന്റെ വിഗ്രഹത്തിൽ അയ്യപ്പൻ ലയിച്ചതുപോലെ അയ്യപ്പഭക്തർക്കും ദൈവവുമായുള്ള താദാത്മ്യം പ്രാപിക്കാനുള്ള അവസരമുണ്ടാകുന്നു.

ശരീരശാസ്ത്രപരമായി പറയുമ്പോൾ കുണ്ഡലിനിയെ മുകളിലോട്ട് ഉയർത്തലും ആജ്ഞാചക്രത്തെ ഉണർത്തലും സ്ത്രീകളിലും പുരുഷന്മാരിലും വ്യത്യസ്തമായ ആഘാതങ്ങളേൽപ്പിച്ചെന്ന് വരാം. ആജ്ഞാചക്രം ഉത്തേജിക്കപ്പെടുമ്പോളത് പിറ്റ്യൂറ്ററി ഗ്രന്ഥിക്കു മേൽ പ്രവർത്തിക്കുന്നു. ല്യൂട്ടെനൈസിംഗ് ഹോർമോൺ (എൽ.എച്ച്) ഫോളിക്കിൾ സ്റ്റിമുലൈസിംഗ് ഹോർമോൺ (എഫ്.എസ്.എച്ച്) എന്നീ രണ്ടു ഹോർമോണുകളെ ഉത്പ്പാദിപ്പിച്ച് പിറ്റ്യൂറ്ററി

ഗ്രന്ഥി ഉത്പ്പാദനപ്രക്രിയയിൽ ഒരു പ്രധാനപങ്ക് വഹിക്കുന്നു. പുരുഷന്മാരിൽ എൽ.എച്ച്. വൃഷണങ്ങൾക്കുൾഭാഗത്തെ കോശങ്ങളിൽ നിന്നും റ്റെസ്റ്റോസ്റ്റെറോൺ നിർമ്മിതിക്ക് ഉത്തേജനമേകുന്നു. അതിനാൽ പുരുഷന്മാരിലെ ഉണർത്തപ്പെട്ട ആജ്ഞാചക്രം നന്നായി പ്രവർത്തിക്കുന്ന പിറ്റ്യൂറ്ററി ഗ്രന്ഥിയും റ്റെസ്റ്റോസ്റ്റെറോൺ നിർമ്മാണവുമായി യോജിച്ചു പോകുന്നു.

അതുപോലെ സ്ത്രീകളിലും എൽ. എച്ച്. റ്റെസ്റ്റോസ്റ്റെറോൺ നിർമ്മാണത്തെ ഉത്തേജിപ്പിക്കുന്നു. പുരുഷന്മാരെ അപേക്ഷിച്ച് സ്ത്രീകളിൽ റ്റെസ്റ്റോസ്റ്റെറോണിന്റെ കേന്ദ്രീകൃത അളവ് വളരെ കുറവാണ്, അതിന്റെ നില അണ്ഡോൽപ്പാദനസമയത്താണ് ഉയരുന്നത്. അസ്ഥികളുടെ ശക്തിയ്ക്കും സ്ത്രീകളിൽ ജന്മംനൽകലിനായുള്ള ലൈംഗികതൃഷ്ണക്കും റ്റെസ്റ്റോസ്റ്റെറോൺ പ്രധാനപങ്ക് വഹിക്കുന്നു. സ്ത്രീകളിലെ ഹോർമോൺ ആയ ഈസ്ട്രോജെൻ ഉത്പ്പാദിപ്പിക്കുന്നത് റ്റെസ്റ്റോസ്റ്റെറോണും അതിവൃക്കഗ്രന്ഥികളുമാണ്. സ്ത്രീകളുടെ ശരീരത്തിനു റ്റെസ്റ്റോസ്റ്റെറോൺ ഉത്പാദിപ്പിക്കാനായുള്ള കഴിവില്ലെങ്കിൽ അവയ്ക്ക് ഈസ്ട്രോജെൻ നിർമ്മിക്കാനാവില്ല. അണ്ഡോൽപ്പാദനം നടക്കുന്നതിനും തുടർന്ന്

ആർത്തവമുണ്ടാകുന്നതിനും കാരണം ഈസ്ട്രോജെനാണ്.

ശബരിമലപോലെയുള്ള ഇടങ്ങൾ പ്രധാനമായും ആജ്ഞാചക്രത്തിലാണ് പ്രവർത്തിക്കുന്നത്. സ്ത്രീകളിൽ ആജ്ഞാചക്രം മാത്രം പ്രവർത്തനനിരതമാകുമ്പോൾ സ്വാധിഷ്ഠാനചക്രവും മൂലാധാരചക്രവും വേണ്ടവിധം സജീവമല്ലെങ്കിൽ അണ്ഡാശയം കാലക്രമേണ പ്രവർത്തനരഹിതമായിത്തീരുകയും ടെസ്റ്റോസ്റ്റെറോണിനെ സ്ത്രീ ഹോർമോൺ ആക്കി മാറ്റാൻ കഴിയാതെ വരുകയും ചെയ്യുന്നു. ഇത് കാരണം അണ്ഡാശയം വേണ്ടതിലും കുറവായി ഈസ്ട്രോജെൻ ഉത്പ്പാദിപ്പിക്കാം, തദ്ഫലമായി ശരീരത്തിൽ ആവശ്യത്തിലധികം ടെസ്റ്റോസ്റ്റെറോൺ ഉണ്ടാകുന്നു.

ടെസ്റ്റോസ്റ്റെറോൺ വർദ്ധനവ് പുരുഷന്മാർക്ക് ഉപദ്രവകാരിയല്ലെങ്കിലും സ്ത്രീ ശരീരത്തിൽ സാധാരണയിൽ നിന്നും ഒരിത്തിരി അധികം ടെസ്റ്റോസ്റ്റെറോൺ ഉണ്ടാകുമ്പോൾത്തന്നെ സാധാരണരീതിയിലെ ആർത്തവത്തിനേയും അണ്ഡോൽപ്പാദനത്തേയും അത് ബാധിക്കുന്നു. പിറ്റ്യൂറ്ററി ഗ്രന്ഥിയിൽ നിന്നും പുറപ്പെടുവിക്കുന്ന ഹോർമോണുകൾ

ആർത്തവചക്രത്തിലെ അണ്ഡാശയത്തിന്റെ പ്രതികരണത്തിൽ സ്വാധീനിക്കപ്പെടുന്നു. എന്നാൽ പ്രവർത്തനക്ഷമമല്ലാത്ത അണ്ഡാശയങ്ങളിൽ അത്തരമൊരു പ്രതികരണം സംഭവിക്കുന്നില്ലാത്തതിനാൽ പിറ്റ്യൂറ്ററി ഗ്രന്ഥി അധിക എൽ. എച്ച് ഉത്പ്പാദിപ്പിക്കുകയും, തദ്ഫലമായി അധികം റ്റെസ്റ്റോസ്റ്റെറോൺ ഉത്പ്പാദിപ്പിക്കുകയും ചെയ്യുന്നു. സ്ത്രീകളിൽ റ്റെസ്റ്റോസ്റ്റെറോണിന്റെ ആധിക്യത്തിന്റെ ലക്ഷണങ്ങൾ മുഖത്ത് അധികമായി രോമം വളരൽ (ഹിർസൂട്ടിസം), ഘനമിയന്ന ആണുങ്ങളുടേതുപോലുള്ള ശബ്ദം, പോളിസിസ്റ്റിക് ഓവരിയൻ സിംപ്ടം (പിസിഒഎസ്), പോളിസിസ്റ്റിക് ഓവരിയൻ ഡിസോർഡർ (പിസിഓഡി) എന്നിവമൂലം ഗർഭധാരണത്തിന് ബുദ്ധിമുട്ടുകൾ എന്നിവയാണ്.

ഇതുകൂടാതെ, ഒരു ശക്തമായ ആജ്ഞാചക്രം ഉള്ളിലെ ദോഷത്തിലും അവ നിയന്ത്രിക്കുന്ന പ്രവൃത്തികളിലും മാറ്റം വരുത്തുന്നു. ഇതാണ് ആത്മീയതയുടെ പാത പിന്തുടരുന്നവർക്ക് വളരെ നിഷ്ഠയാർന്ന ഭക്ഷണനിയന്ത്രണമുണ്ടാകാൻ ഒരു കാരണം. അതുകൊണ്ട് സമാനവായു, അപാനവായു എന്നീ പ്രത്യേക ദോഷങ്ങളാൽ ഭരിക്കപ്പെടുന്ന

ദഹനം, വിസർജ്ജനം എന്നിവ ഗൌരവമായി ബാധിക്കപ്പെടുന്നില്ല. ശക്തിയാർന്നതായ ആജ്ഞാചക്രം ഉള്ള സ്ത്രീകളിൽ, ആർത്തവരക്തത്തിന്റെ താഴോട്ടും പുറത്തോട്ടുമുള്ള ഒഴുക്കിന് കാരണമാകുന്ന താഴോട്ടൊഴുകുന്ന അപാനവായുവിന്റെ ഗതി, മാറപ്പെടുകയും ആർത്തവത്തിനു ബുദ്ധിമുട്ടുകൾ ഉണ്ടാവുകയും ചെയ്യുന്നു. കാലക്രമേണ ശരീരത്തിനുള്ളിലെ ഇത്തരം സൂക്ഷ്മമായ ശക്തികൾ വരുത്തുന്ന മാറ്റങ്ങൾ ആർത്തവത്തിന്റെ പ്രതിലോമഗതിയായ ഒഴുക്കായി മാറി എൻഡോമെട്രിയോസിസ് തുടങ്ങിയ അസുഖങ്ങൾക്ക് കാരണമായേക്കാം.

ഇതാണ് "ശബരിമലയിൽ ആർത്തവപ്രായത്തിലുള്ള സ്ത്രീകൾക്ക് എന്തുകൊണ്ട് പ്രവേശനം നിഷേധിച്ചിരിക്കുന്നു?" എന്നചോദ്യം ചോദിക്കുന്നവർക്കായുള്ള ഉത്തരം.

അദ്ധ്യായം 9

സ്ത്രീകൾക്കായുള്ള ആത്മീയമാർഗം

സ്ത്രീകൾ ഒരുപക്ഷേ ചോദിച്ചേക്കാം, പരിത്യാഗത്തിന്റെ മാർഗ്ഗവും ശബരിമല യാത്രയും അവരുടെ പ്രത്യുത്പാദനശേഷി കാരണം അവർക്കായി തുറക്കുന്നില്ലെങ്കിൽ മറ്റെന്താണ് വഴി? ആർത്തവപ്രായത്തിൽ സ്ത്രീകൾക്ക് സ്വീകാര്യമായ ആത്മീയപാത ഏതാണ്? ആർത്തവവിരാമം വരെ അതിനായി കാത്തുനിൽക്കുക മാത്രമാണോ ഒരേയൊരുവഴി?

പരമ്പരാഗതങ്ങളായ ഹിന്ദു ആചാരരീതികളുടെ പ്രത്യേകത എന്തെന്നാൽ അതിൽ നാമോരോരുത്തർക്കും നമ്മുടെ ശാരീരികവും വൈകാരികവുമായ കഴിവുകൾക്കിണങ്ങുംവണ്ണം പ്രത്യേകമായ എന്തെങ്കിലും ഒന്നുണ്ടായിരിക്കും. കഠിനമായ തപസ്സിന്റെയും ആഗ്രഹങ്ങളുടെ ത്യജിക്കലിന്റെയും പാതയാണ് അയ്യപ്പഭക്തി. എന്നാൽ വിപരീതമായി സംഭവിക്കുന്ന മറ്റൊരു വഴിയുണ്ട്, അതായത് ആഗ്രഹങ്ങളുടെ പൂർത്തീകരണത്തിലൂടെ. ഈ പാതയാണ്

അമ്മയോടുള്ള ഭക്തി, ദേവി ഉപാസന. ഒരു അമ്മയെന്ന നിലയിൽ അവർ നമ്മുടെ ഒരു മോഹത്തിനും എതിരു പറയില്ല, അതിനായി കാത്തു നിൽക്കാനോ, പരിത്യാഗിയാകാനോ ആവശ്യപ്പെടുകയില്ല. അമ്മയുടെ രീതി നമ്മുടെ മോഹങ്ങളെ സാക്ഷാത്കരിച്ചുതരലാണ്, അങ്ങനെ നമ്മുടെ കർമ്മം പൂർത്തീകരിച്ച് നമുക്ക് മോക്ഷം നേടിത്തരലാണ്. രണ്ടുപാതകളിലേയും ലക്ഷ്യം ഒന്നുതന്നെയായിരിക്കുമ്പോഴും, ലക്ഷ്യത്തിലേക്കു ള്ളയാത്ര തികച്ചും വ്യത്യസ്തം തന്നെ.

പ്രബലമായ ശക്തിപീഠമായ ആസ്സാമിലെ പ്രസിദ്ധമായ കാമാഖ്യ ക്ഷേത്രം സന്ദർശിച്ചപ്പോൾ ഇതെനിക്ക് മനസ്സിലാക്കാനായി. എന്റെ സന്ദർശനം തികച്ചും കാലോചിതമായിരുന്നു. ശാസ്താവിന്റെ നാലു ക്ഷേത്രങ്ങളും സന്ദർശിച്ച് തിരിച്ചു വന്നതിനുശേഷം ഒരാഴ്ച്ച കഴിഞ്ഞിട്ടും, എന്റെ ജോലിസംബന്ധമായ കാര്യങ്ങളിലും മറ്റു ലോകകാര്യങ്ങളിലും ഞാൻ തികച്ചും വിമുഖയായിരുന്നു - ആര്യങ്കാവ് ക്ഷേത്രത്തിലെ അനുഭവങ്ങളാലാവാം, തീർച്ച!. പക്ഷേ കാമാഖ്യക്ഷേത്രം സന്ദർശിച്ചത് പരിപൂർണ്ണമായും എന്റെ പ്രവർത്തനഗതികളെ മാറ്റിമറിച്ചു.

എരുമേലിയിലെ ശാസ്താക്ഷേത്രം സന്ദർശിക്കാൻ ഞാൻ തീരുമാനിച്ചപ്പോൾ ദേവി എന്നെ വീണ്ടും വിളിച്ചു. ആ യാത്രയിൽ യാതൊരുവിധ മുൻപദ്ധതിയുമില്ലാതെ വളരെ ശക്തിയേറിയ മൂന്നു ഭദ്രകാളീക്ഷേത്രങ്ങളിൽ എനിക്ക് സന്ദർശനം നടത്താൻ കഴിഞ്ഞു.
വാസ്തവത്തിൽ എന്തോ അസാധാരണമായി സംഭവിച്ചതുകൊണ്ടാകാം എരുമേലി ശാസ്താക്ഷേത്രത്തിൽ വളരെ അഗാധമായരീതിയിലുള്ള അനുഭവം എനിക്കുണ്ടാകാതിരുന്നത്.
എരുമേലിക്ഷേത്രസന്ദർശനത്തിന്റെ തലേദിവസം രാത്രി കോട്ടയം ജില്ലയിലെ വള്ളിയംകാവ് ക്ഷേത്രത്തിൽ നടന്ന ഗുരുതി കാണാനായി എന്നെ കൊണ്ടുപോയിരുന്നു. ഞാൻ കാണാൻ ഇടവന്ന ഗുരുതി, ബലി കൊടുക്കലും കാളിയെ ആവാഹിയ്ക്കലും അടങ്ങിയ അനുഷ്ഠാനമായിരുന്നു. മൃഗങ്ങളെ ബലികൊടുക്കുന്ന നിലയിൽ നിന്നും പ്രതീകാത്മകമായ കുമ്പളങ്ങ മുറിക്കലും രക്തത്തിന്നുപകരമായി കുങ്കുമം ഉപയോഗിക്കലുമാണെങ്കിലും ആ പ്രവൃത്തി തികച്ചും മാസ്മരികം തന്നെയായിരുന്നു.
അവിടെ നിൽക്കുന്ന നേരത്ത് ഞാൻ കുറച്ചു സമയത്തേക്ക് എന്റെ കണ്ണുകളടച്ചപ്പോൾ മുന്നോട്ട് ആയുകയുണ്ടായി. അത് പിന്നെയും

പിന്നെയും തുടർന്നുകൊണ്ടേയിരുന്നു. ഇതേ സംഭവം എന്നോടൊത്ത് വന്ന ഭാസ്കറിനും സംഭവിക്കുന്നുണ്ടെന്നതും ഞാൻ ശ്രദ്ധിച്ചു. രാത്രിയിൽ അവിടെ കൂടിയിരുന്ന നൂറോളം വരുന്നവർക്കിടയിലെ പരിപൂർണ്ണമായ നിശ്ശബ്ദതക്കിടയിൽ ദേവിയുടെ സാമീപ്യം അനുഭവിക്കാനാകുമായിരുന്നു.

ശബരിമല മണ്ഡലക്കാലത്ത് ഈ ക്ഷേത്രം തുറന്നു തന്നെയിരിക്കുമെങ്കിലും ഈ ഗുരുതി പതിവില്ലെന്ന് പിന്നീട് എനിക്കറിയാൻ കഴിഞ്ഞു. ഗുരുതി പ്രധാനമായും നടത്തുന്നത് ആഗ്രഹപൂർത്തിക്കും ഭൌതികമായ നേട്ടങ്ങൾക്കായുള്ള പാച്ചിലിലെ വിജയങ്ങൾക്കുമായാണ്. ഭക്തർ ആഗ്രഹസാഫല്യാർത്ഥം ദേവി കാളിയെ അഭയം പ്രാപിക്കുന്നു. ഇത് അയ്യപ്പഭക്തർ കൈക്കൊള്ളേണ്ടതായ സർവ്വപരിത്യാഗത്തിന്റെ പാതയുടെ നേർവിപരീതമാണ്. അതുകൊണ്ടായിരിക്കാം ശബരിമല മണ്ഡലക്കാലത്ത് ഇവിടെ ഗുരുതി നടത്താതിരിക്കുന്നത്. എരുമേലി ശാസ്താ ക്ഷേത്രങ്ങളിൽ പോകുന്നതിനു ഒരു രാത്രി മുൻപു മാത്രം ഞാൻ ഗുരുതി ദർശിച്ചതിനാലാകാം അത് എരുമേലിയിലെ എന്റെ അനുഭവങ്ങളെ കീഴ്പ്പെടുത്തിയത്.

ക്ഷേത്രങ്ങളും ലിംഗഭേദവും

ആത്മീയത അതിന്റെ പരിപൂർണ്ണതയിൽ ലിംഗഭേദം അറിയുന്നില്ല. പക്ഷേ നമ്മളിൽ പലർക്കും ആ നിലയിലെത്തിച്ചേരുക എളുപ്പമല്ല. നാം നമ്മുടെ ലിംഗവ്യക്തിത്വങ്ങളെ അതിജീവിച്ച് പുരുഷ - സ്ത്രീ ഭേദഭാവനകളില്ലാത്ത നില എത്തുന്നതുവരെ ലിംഗവ്യത്യാസങ്ങൾ സുപ്രധാനം തന്നെ. ക്ഷേത്രങ്ങളിൽ പ്രതിഷ്ഠിക്കപ്പെട്ട പുരുഷ ചൈതന്യവും സ്ത്രീ ചൈതന്യവും നമ്മുടെ ലിംഗ വ്യക്തിത്വത്തിന്നനുസരിച്ച് നമ്മിൽ വ്യത്യസ്തമായ രീതിയിൽ ആഘാതമേൽപ്പിക്കാം.

ദേവീക്ഷേത്രങ്ങൾ സ്ത്രീകളിൽ ആശ്വാസകരമായ സ്വാധീനം ചെലുത്തുന്നു എന്നത് എന്റെ അനുഭവവും നിരീക്ഷണവുമാണ്. അതേസമയം അതേ ക്ഷേത്രങ്ങളിൽ പുരുഷന്മാർക്ക് അതിശക്തമായ ആകർഷണമുണ്ടാകുന്നു. അതുകൊണ്ടുതന്നെ ദേവീഉപാസകരിൽ നല്ലൊരു ഭാഗവും പുരുഷന്മാർ തന്നെയാണ്.

അതുപോലെ തന്നെ വളരെ ശക്തമായ ചൈതന്യമുള്ള ചില പുരുഷദേവതമാരുടെ ക്ഷേത്രങ്ങളിൽ സ്ത്രീകൾക്ക് അത്യധികമായ പ്രഭാവം അനുഭവപ്പെടുമ്പോൾ അവരുടെ ജീവിതത്തിലെ മറ്റെല്ലാ വശങ്ങളേയും ഭക്തി

കീഴടക്കുന്നു. പുരുഷന്മാർക്ക് ഇത്തരം ക്ഷേത്രങ്ങൾ സ്വയംപരിശോധനയ്ക്കും അകമേ ആദിയിലേക്കുള്ള യാത്രയ്ക്കും സഹായിക്കുന്നു.

ഈ സ്ഥലങ്ങൾ പുരുഷന്മാരിലും സ്ത്രീകളിലും ഏതുവിധം ബാധിക്കുന്നുവെന്നതനുസരിച്ച് ആചാരങ്ങളും സമ്പ്രദായങ്ങളും ഉണ്ടാക്കപ്പെടുന്നു. ആത്മീയതയെ വളരെ ഗൌരവമായി കാണുന്നവർക്ക് വ്യത്യസ്തത തിരിച്ചറിഞ്ഞ് സ്ത്രീകൾക്കും പുരുഷന്മാർക്കുമുള്ള സാധ്യതകൾ വിവേചിച്ചറിയുക എന്നത് നിർണ്ണായകമാണ്.

അവസാനലക്ഷ്യം മുക്തിയാണെങ്കിൽ, മറ്റൊരാളുടെ മാർഗ്ഗത്തിൽ ബലം പ്രയോഗിച്ച് പ്രവേശിക്കാൻ കലഹിക്കാതെ, അത് കാരണം ഭൌതികവും വൈകാരികവുമായ ബുദ്ധിമുട്ടുകൾ നേരിടാതെ, നാം അവിടെയ്ക്കായി തിരഞ്ഞെടുക്കേണ്ട പാത വിഷമം കുറഞ്ഞതാകണ്ടേ?

ഗ്രന്ഥസൂചി

1. എസ്. കെ. രാമചന്ദ്ര റാവു, ദ ആഗമ എൻസൈക്ലോപ്പീഡിയ
2. ക്രമ്രിഷ്ച്ച് സ്റ്റെല്ല, ദ ഹിന്ദു ടെമ്പിൾ, വോള്യം 1,1946
3. പൂർണ്ണാനന്ദസ്വാമി,ഷഡ്ചക്ര നിരൂപണ, 1526 CE
4. ആവ്ലോൺ ആർതർ(വൂഡ്റൂഫ്, ജോൺ)ദ സെർപ്പെൻ്റ് പവർ: ദ സീക്രട്ട്സ് ഓഫ് താന്ത്രിക് ആൻഡ് ശാക്തിക് യോഗ,1974
5. ലീഡ്ബീറ്റർ, സി.ഡബ്ലിയു. ദ ചക്രാസ്,1927.
6. അരവിന്ദ് സുബ്രഹ്മണ്യം. ശ്രീ മഹാശാസ്താവിജയം
7. അരവിന്ദ് സുബ്രഹ്മണ്യം. ശ്രീ ഭൂതനാഥഗീത
8. ചിയ മണ്ടക്. ഹീലിംഗ് ലൌ ത്രൂ ദ താവോ: കൾട്ടിവേറ്റിംഗ് ഫീമെയിൽ സെക്ഷ്വൽ എനെർജി, 2005
9. സുശ്രുത. സുശ്രുതസംഹിത